ரயில் நிலையங்களின் தோழமை

பயணக்கட்டுரைகள்

எஸ். ராமகிருஷ்ணன்

தேசாந்திரி பதிப்பகம்

தேசாந்திரி பதிப்பக வெளியீடு: 52

ரயில் நிலையங்களின் தோழமை - பயணக்கட்டுரைகள்
எஸ்.ராமகிருஷ்ணன்

முதல் பதிப்பு: டிசம்பர் 2018

தேசாந்திரி பதிப்பகம்,
டி-1, கங்கை அப்பார்ட்மெண்ட்,
110, 80 அடி ரோடு, சத்யா கார்டன்,
சாலிக்கிராமம், சென்னை 600 093.
தொலைபேசி: 044 23644947.
விலை:125

Rayil Neelayangalin tholamai - Essays
S.Ramakrishnan ©

First Edition: December 2018, Pages: 100

Size: Demy 1x8, Paper: 18.6 kg maplitho

Published by :
Desanthiri Pathippagam
D-1, Gangai Apartments,
110, 80-Feet Road, Satya Garden, Saligramam,
Chennai - 600 093, Ph: 044 2364 4947
Email : desanthiripathippagam@gmail.com
www.desanthiri.com

ISBN: 978-93-87484-82-5
Wrapper Design: Manikandan
Book Design: Hariprasad R
Printed by: Ramani Print Solution, Chennai.

Price: Rs.125

முன்னுரை

திரும்பிப் பார்க்கையில் காலம் ஓர் இடமாகக் காட்சி அளிக்கிறது என்று நகுலன் ஒரு கவிதை எழுதியிருக்கிறார். நீண்ட பயணத்தில் இந்த அனுபவத்தை நான் உணர்ந் திருக்கிறேன். காலமும் வெளியும் கடந்து பயணிக்கிறவன் தனது அனுபவத்தின் வழியாக உலகைப் பற்றி மட்டுமின்றித் தன்னைப் பற்றியும் அறிந்து கொள்கிறான். பயணத்தின் போது பகலிரவுகளின் தன்மை மாறிவிடுகின்றன. சில நேரம் இரவு மிக நீண்டதாகி விடுகிறது.

நான் ரயில் நிலையங்களை நேசிப்பவன். ரயில் நிலையத்தின் அருகிலே சில ஆண்டுகள் குடியிருந்தது கூட ஒரு காரணமாக இருக்ககூடும். பால்ய நாட்களில் இருந்து ரயிலைப் பார்த்தபடியே இருக்கிறேன். அது தரும் வசீகரம் குறையவேயில்லை. ரயில் நிலையங்களுக்கெனத் தனியான வெளிச்சமிருக்கிறது. ரயில் நிலையத்திற்கெனத் தனியொரு வாழ்க்கையிருக்கிறது .

இந்தக் கட்டுரைகள் எனது பயண அனுபவத்திலிருந்து உருவானவை. காமதேனு இதழில் தொடராக வெளிவந்து பெரும் பாராட்டினைப் பெற்றன. இத்தொடரை வெளியிட்ட காமதேனு இதழுக்கும், ஆசிரியர் அசோகன், உதவி ஆசிரியர் மானா பாஸ்கரன் உள்ளிட்ட நண்பர்கள் அனைவருக்கும் அன்பும் நன்றியும்.

இப்புத்தகத்தை வெளியிடும் தேசாந்திரி பதிப்பகத்திற்கும், ஆசான் எஸ். ஏ.பெருமாளுக்கும், கவிஞர் தேவதச்சனுக்கும், என்னையும் எழுத்தையும் அரவணைத்துச் செல்லும் மனைவி சந்திர பிரபா, பிள்ளைகள் ஹரி மற்றும் ஆகாஷ் இருவருக்கும் தீராத நன்றிகள்.

மிக்க அன்புடன்

எஸ்ராமகிருஷ்ணன்

சென்னை.

நவம்பர் 24. 2018

எஸ். ராமகிருஷ்ணன்

எஸ். ராமகிருஷ்ணன், விருதுநகர் மாவட்டம் மல்லாங்கிணறு கிராமத்தில் 1966இல் பிறந்தார். முழுநேர எழுத்தாளரான இவர் தற்போது சென்னையில் வசிக்கிறார்.

சிறுகதைத் தொகுப்புகள்: எஸ். ராமகிருஷ்ணன் கதைகள், நடந்து செல்லும் நீருற்று, பதினெட்டாம் நூற்றாண்டின் மழை, அப்போதும் கடல் பார்த்துக்கொண்டிருந்தது, நகுலன் வீட்டில் யாருமில்லை, புத்தனாவது சுலபம், வெளியில் ஒருவன், காட்டின் உருவம், தாவரங்களின் உரையாடல், வெயிலைக் கொண்டு வாருங்கள், பால்ய நதி, மழைமான், குதிரைகள் பேச மறுக்கின்றன. காந்தியோடு பேசுவேன், நீரிலும் நடக்கலாம், என்ன சொல்கிறாய் சுடரே.

நாவல்: உப பாண்டவம், நெடுங்குருதி, உறுபசி, யாமம், துயில், நிமித்தம், சஞ்சாரம், இடக்கை, பதின்.

கட்டுரைத் தொகுப்புகள்: விழித்திருப்பவனின் இரவு, இலைகளை வியக்கும் மரம், என்றார் போர்ஹே, கதாவிலாசம், தேசாந்திரி, கேள்விக்குறி, துணையெழுத்து, ஆதலினால், வாக்கியங்களின் சாலை, சித்திரங்களின் விசித்திரங்கள், நம் காலத்து நாவல்கள், காற்றில் யாரோ நடக்கிறார்கள், கோடுகள் இல்லாத வரைபடம், மலைகள் சப்தமிடுவதில்லை, வாசகபர்வம், சிறிது வெளிச்சம், காண் என்றது இயற்கை, செகாவின் மீது பனி பெய்கிறது, குறத்தி முடுக்கின் கனவுகள், என்றும் சுஜாதா, கலிலியோ மண்டியிடவில்லை, சாப்ளினுடன் பேசுங்கள், கூழாங்கற்கள் பாடுகின்றன, எனதருமை டால்ஸ்டாய், ரயிலேறிய கிராமம், பிகாசோவின் கோடுகள், இலக்கற்ற பயணி, செகாவ் வாழ்கிறார், ஆயிரம் வண்ணங்கள்.

திரைப்பட நூல்கள்: பதேர் பாஞ்சாலி—நிதர்சனத்தின் பதிவுகள், அயல் சினிமா, உலக சினிமா, பேசத்தெரிந்த

நிழல்கள், இருள் இனிது ஒளி இனிது, குற்றத்தின் கண்கள் பறவைக் கோணம், சாமுராய்கள் காத்திருக்கிறார்கள்.

குழந்தைகள் நூல்கள்: கால் முளைத்த கதைகள், ஏழு தலைநகரம், கிறுகிறு வானம், லாலிபாலே, நீளநாக்கு, தலையில்லாத பையன், எனக்கு ஏன் கனவு வருது, காசுகள்ளன், பம்பழாபம், சிரிக்கும் வகுப்பறை, அக்கடா.

உலக இலக்கியப் பேருரைகள்: ஆயிரத்தொரு அரேபிய இரவுகள், ஹோமரின் இலியட், ஷேக்ஸ்பியரின் மெக்பத், ஹெமிங்வேயின் கடலும் கிழவனும், தஸ்தாயெவ்ஸ்கியின் குற்றமும் தண்டனையும், லியோ டால்ஸ்டாயின் அன்னா கரீனினா, பாஷோவின் ஜென் கவிதைகள்.

வரலாறு: எனது இந்தியா. மறைக்கப்பட்ட இந்தியா.

நாடகத் தொகுப்பு: அரவான், சிந்துபாத்தின் மனைவி, சூரியனைச் சுற்றும் பூமி.

நேர்காணல் தொகுப்பு: எப்போதுமிருக்கும் கதை, பேசிக்கடந்த தூரம்.

மொழிபெயர்ப்புகள்: நம்பிக்கையின் பரிமாணங்கள், ஆலீஸின் அற்புத உலகம், பயணப்படாத பாதைகள்.

தொகை நூல்: அதே இரவு அதே வரிகள் (அட்சரம் இதழ்களின் தொகுப்பு), வானெங்கும் பறவைகள்.

ஆங்கிலத்தில் வெளிவந்துள்ள நூல்கள்: Nothing but water, Whirling swirling sky.

இணையதளம்: www.sramakrishnan.com

மின்னஞ்சல்: writerramki@gmail.com

உள்ளே...

1.	குகையெனும் வாழ்விடம்	9
2.	நயாகராவின் சாரல்	14
3.	குதிரை சந்தை	19
4.	ஹத்தி கும்பா	24
5.	திப்பு சுல்தானின் கோடை மாளிகை	29
6.	கம்பனின் நினைவிடம்	33
7.	உலகின் மிக உயரமான உணவகம்	38
8.	அரண்மனையின் உள்ளே	44
9.	ரயில் நிலையங்களின் தோழமை	49
10.	ரணக்பூரின் காலவிருட்சம்	54
11.	நியூயார்க்கில் ஒரு இரவு	59
12.	சல்லிவன் நினைவகம்	64
13.	குவெம்புவின் நினைவில்லம்	69
14.	பிகாசோவின் முன்னால்	75
15.	உலகின் மிகப் பெரிய மசூதி	80
16.	கும்பல்கர் கோட்டை	85
17.	சில்கா ஏரியின் டால்பின்.	90
18.	காந்தியெனும் நெருப்பு	95

1 குகையெனும் வாழ்விடம்

காலத்தின் பாடலை சாலைகளே முணுமுணுத்துக் கொண்டிருக்கின்றன. உள்ளங்கையில் ரேகைகள் குறுக்கும் நெடுக்குமாக ஓடுவது போல உலகெங்கும் சாலைகள் ஒன்றை யொன்று வெட்டியும் தழுவியும் ஓடுகின்றன. புறக்கணிக்கப் படுகின்ற பழைய பாதைகள் கடந்த காலத்தை நினைத்து வருந்திக் கொண்டிருக்கும் என்கிறார்கள் ஆப்ரிக்க மக்கள்.

நான் முடிவற்ற சாலையில் பயணம் செய்ய விரும்புகிறவன். முடிவற்ற சாலை எங்கேயிருக்கிறது? புறத்தில் அல்ல நம் அகத்தினுள் தானிருக்கிறது.

அமெரிக்கா, ஆஸ்திரேலியா, பிரான்ஸ், கனடா, ஜப்பான் என எத்தனையோ தேசங்களை, பல்லாயிரம் மைல்களைக் கடந்து போயிருக்கிறீர்களே, உங்கள் அகத்தினுள் எவ்வளவு தூரம் பயணித்திருக்கிறீர்கள்? அங்கே என்ன கண்டீர்கள்? வெளியே வியப்பூட்டும் விஷயங்கள் ஆயிரம் இருப்பது போல அகத்திலும் இருப்பதை உணர்ந்தீர்களா என ஒருமுறை வாரணாசியில் ஒரு யோகி என்னிடம் கேட்டார்.

அப்போது தான் பயணம் என்பது வெளியில் அலைவது மட்டுமில்லை என்பதை உணர்ந்தேன்.

பயணம் என்பது இருவிதமானது. ஒன்று ஊர் விட்டு ஊர் போகிற பயணம். இன்னொன்று இருந்த இடத்தில் இருந்தபடியே முடிவற்ற அண்டவெளியில் மனதால், நினைவால் சஞ்சாரம் செய்வது. தன்னைப் பிரபஞ்சஜீவியாக உணர்வது.

உலகெங்கும் ஒரே காற்று, ஒரே சூரியன், ஒரே நிலவு, ஒரே வானம். பூமி தான் பிரிக்கப்பட்டிருக்கிறது.

ஆப்ரிக்க மனிதனுக்கும் நமக்கும் இடையில் உடல் ரீதியாக ஒரு வேறுபாடும் கிடையாது. நிற வேறுபாடு பொருட்படுத்த வேண்டியதில்லை. பசியும் காமமும் மனிதனை இயக்குகின்றன. அறிவே மனிதனின் பெருந் துணை. பிரபஞ்சத்தின் வயதோடு ஒப்பிடுகையில் பூமியின் வயது குறைவு. பூமியின் வயதோடு ஒப்பிடுகையில் மனிதர்களின் வயது மிக மிகக் குறைவே. மனிதர்களைத் தவிர எந்த விலங்கும் தன் பிறந்தநாளை கொண்டாடு வதில்லை. இறப்பை நினைவு வைத்து வருந்துவதுமில்லை. மனிதர்களுக்குப் பிறப்பும் முக்கியம் இறப்பும் முக்கியம்.

காரணம், மனிதனுக்கு வாழ்வு என்பது கிடைத்தற்கரிய பேறு. அதிலும் கூன், குருடு, செவிடு நீங்கிப் பிறந்தால் பேரதிர்ஷடம். அப்படிப் பிறந்த மனிதன் தன் பெருமையை அறிந்து கொண்டானா? இல்லையே!

குகையில் வாழத் துவங்கிய நாள் முதல் மனிதர்கள் பயணம் செய்துகொண்டே இருந்திருக்கிறார்கள். முதல் மனிதன் எதைத் தேடிப் பயணித்திருப்பான். நிச்சயம் அவன் ஒரு சுற்றுலா பயணியாக இருந்திருக்க முடியாது. நாடு பிடிக்கப் போகிறவனாகவும் இருந்திருக்க மாட்டான். வணிகனாகவோ, அதிகாரத்தைத் தேடி அலைபவனாகவோ இருந்திருக்க மாட்டான்.

பூமி எவ்வளவு பெரியதென அறியாத ஒருவனின் திகைத்த தேடலாகவே அது இருந்திருக்கும். குகையில் மனிதர்கள் வாழ்ந்த காலத்தில் வேட்டையாட பயணம் செய்தார்கள். விலங்குகள் உள்ள கானகம் தேடியோ, சதுப்பு நிலங்களை நோக்கியோ ஆயுதங்களுடன் நடந்தார்கள்.

அன்று மனிதர்களுக்கு நடப்பது என்பது ஆனந்தமானது. மனிதர்களின் கால்கள் அந்தக் காலத்தில் மிகவும் வலிமையாக இருந்தன. பகலிரவாக நடந்த போதும் மனிதர்கள் சோர்ந்து போகவில்லை. நம் காலம் இயந்திரங்களின் காலம். இது மனிதர்களின் கால்களை முடக்கிவிட்டது. வீட்டிலிருந்து தெருமுனை வரை நடப்பதற்கே அலுத்துக் கொள்கிறார்கள். மருத்துவர் ஆலோசனையின் பேரால் நடப்பவர்களே இன்று அதிகம்.

ஆனால், பண்டைய காலத்தில் திசையறியாது, நட்சத்திரங்களைத் துணையாகக் கொண்டு நடந்தவர்கள் அதிகம். அதிலும் கடலில் செல்பவர்களின் கதி நினைக்கவே பயமாக இருக்கிறது. ஆனால் மனிதர்கள் எதைக் கண்டும் அஞ்சவில்லை. பூமியின் ஒருபுறமிருந்து மறுபுறம் நோக்கி நடந்தார்கள். மனிதனின் காலடி படாத இடங்களே இல்லை எனுமளவு மனித குல வரலாற்றில் மனிதன் நடந்து திரிந்திருக்கிறான். நடை தான் மாற்றங்களை உருவாக்கியது. புதியன கொண்டு வந்தது. கண்டுபிடிப்புகளுக்கு அடிகோலியது.

மனிதர்கள் உருவாக்கிய பெரும்கட்டுமானங்கள், கலைக் கூடங்களைத் தேடிக் காண்பதை விடவும் குகைகளைக் காண்பதை அதிகம் நான் விரும்புவேன். குகைகள் கற்களால் ஆனவை. கதவுகள் அற்றவை. ஜன்னல் கிடையாது. தாயின் கருவறை போல எப்போதும் இருட்டானது, பாதுகாப்பானது.

ஒரு குகைக்குள் எத்தனை பேர் வசித்தார்கள். கணவன், மனைவி, பிள்ளைகளுக்கு ஆளுக்கு ஒரு குகை வழங்கப் பட்டதா என்ன? இல்லை. நாலைந்து குகைகளுக்குள் அங்கே வசித்த அத்தனை பேரும் ஒன்றாக வசித்தார்கள். அந்தக் குகைக்குள் தான் குடும்பம் நடத்தினார்கள். பிறப்பும், இறப்பும் நடந்தேறின.

தமிழகத்திலுள்ள கற்காலக் குகைகளில் முக்கியமானது குடியம் குகை. திருவள்ளூர் மாவட்டத்தில் உள்ள பூண்டி ஏரியில் இருந்து 15 கி.மீ. தொலைவிலுள்ள குடியம் எனும் கிராமத்தை ஒட்டிய மலைப்பகுதியில் கற்கால மக்கள் வாழ்ந்திருக்கிறார்கள். அவர்கள் வசித்த குகைத்தலம், இன்றும் காணப்படுகிறது.

குடியம் குகையில் வசித்தவர்கள் கல்லாயுதங்களைப் பயன்படுத்தியிருக்கிறார்கள். அந்த ஆயுதங்கள் ஆய்வில் கண்டறியப்பட்டுத் தற்போது காப்பகத்தில் பாதுகாக்கப் பட்டுவருகின்றன. குறிப்பாக இவர்களின் கற்கோடாரி மிக அழகாக உருவாக்கப்பட்டிருக்கிறது.

மனிதர்கள் குகையில் வசித்த நாட்களில் மழைக்காலம் முழுவதும் வெளியே செல்லமாட்டார்கள். கோடை மிக மோசமான குடிநீர், உணவு பஞ்சத்தைக் கொண்டுவரும்

என்பதால் கோடையில் அலைந்து திரிந்து உணவு தேடி வருவார்கள். போன் செய்தால் வீடு தேடி உணவு வரும் இக்காலத்தில் இருந்து கொண்டு அடுத்த வேளை உணவிற்கு என்ன செய்வது எனத் தெரியாத கற்கால மனிதனின் துயரைப் புரிந்துகொள்வது எளிதானதில்லை.

இயந்திரங்களின் வருகைக்கு முன்பு வரை மனிதர்களின் கைத்திறன் அழகான கலைப் பொருட்களைச் செய்தன. கல்லாயுதம் துவங்கி ஆடைகள் வரை அவர்களே உருவாக்கிக் கொண்டார்கள். மியூசியத்தில் அவற்றைக் காணும்போது இந்த நேர்த்தியை எப்படி உருவாக்கினார்கள் என வியப்பாக உள்ளது.

குறிப்பாக கல்லை எப்படி இவ்வளவு வழுவழுப்பாக மாற்றினார்கள் எனப் பிரமிப்பாகவே உள்ளது. இத்தனை கலைநுட்பம் கொண்ட கற்கால மனிதர்களை நாம் ஏன் படிக்காதவர்கள் என ஏளனம் செய்கிறோம்.

படித்த, அறிவாளி மனிதர்களால் இது போன்ற கலை நுட்பத்தை ஏன் செய்ய முடியாமல் போனது? ஆயிரம் ஆண்டுகளுக்கு முன்பு உருவாக்கப்பட்ட கங்கை கொண்ட சோழபுர சிற்பங்களைப் போல ஒன்றை ஏன் இப்போது எவராலும் உருவாக்க முடியவில்லை?

பயணம் ஏற்படுத்தும் முதல் அனுபவம் நம்மை அறிந்து கொள்ளத் துவங்குவதுடன் நம்மோடு உள்ள உலகை ஆராயத் துவங்குவதுமாகும்.

குடியம் குகைக்குச் செல்வது ஒரு சாகச பயணமே. காலையில் நடக்கத் துவங்கினால் மாலைக்குள் போய் விடலாம். செம்மண் படிந்த ஒற்றையடி பாதை. வழியில் விதவிதமான புதர் செடிகள், புற்கள் அடர்ந்த பாதை. வழியில் பெரிய மரங்கள் கிடையாது. நடக்க நடக்கக் காற்று தலையைக் கோதுகிறது. எங்கிருந்தோ இனிமையாகப் பறவை ஒன்று பாடுகிறது. அதன் பாடல் காலத்தைத் தாண்டி ஒலிப்பதாக இருந்தது. பாறைப் படிவுகளால் இயற்கையாகவே உருவான குகைகள் இரண்டு. ஒன்று பெரியது. மற்றது சிறியது. லட்சம் ஆண்டுகளுக்கு முற்பட்ட குகை என்றார்கள். குகையினுள் நின்றபோது தொல்விலங்கு ஒன்றை நேரில் கண்டது போலவே உணர்ந்தேன்.

நூறு வருட பழமையான வீடு ஒன்றினைக் கண்டாலே பிரமித்துவிடுகிறோம். இந்தக் குகையின் வயது ஒரு லட்சம். எந்தத் தனிநபருக்கும் இந்தக் குகை சொந்தமாக இருந்திருக்காது. வீடு பொதுவாக இருந்த சமூகமில்லையா! வெயிலில் நடந்து போய்ச் சேர்ந்தோம். உள்ளே குளிர்ச்சியாகவே இருந்தது. இருநூறு பேருக்கும் மேலாக வசித்திருக்கலாம்.

நூறு வருடத்திற்கு முன்பு குளிர்சாதன வசதிகள் எதுவும் கிடையாது. இயற்கை அளிக்கும் குளிர்ச்சியே பயன்பட்டது. இன்று இயற்கையான குளிர்ச்சியை யாரும் விரும்புவதில்லை. மரத்தடி நிழலில் நிற்பதை அவமானமாக நினைக்கிறார்கள். செயற்கை குளிரூட்டிகளால் உடல்நலம் கெடுவதுடன் உடலின் இயல்பும் மாறிவிடுகிறது.

குகை மனிதர்கள் காலத்தில் நெருப்பு கிடைக்காத பொருள். அதைத் தேடி அலைவதும் ஒரு இனக் குழுவிடமிருந்து இன்னொரு இனக்குழு நெருப்பைப் பெற சண்டையிட்டதும் வரலாறு. இதைப்பற்றி "Quest for Fire" என்ற திரைப்படம் வெளிவந்துள்ளது. அற்புதமாகப் படமாக்கியிருக்கிறார்கள்.

குகை ஓவியங்கள் உள்ள சில குகைகளைக் கண்டிருக்கிறேன். அப்போதெல்லாம் எந்த ஓவியன் இதை வரைந்திருப்பான் என நினைத்து வியந்திருக்கிறேன். ஆனால் எடுவர்தோ கலியானோ என்ற எழுத்தாளர் எழுதிய மிரர் என்ற புத்தகத்தை வாசித்த போது இந்தக் குகை ஓவியங்களை வரைந்தவர் ஏன் பெண்ணாக இருக்கக் கூடாது என்ற வரியை கண்டு திகைத்துப் போனேன். ஆமாம். ஏன் பெண்ணாக இருந்திருக்கக்கூடாது?

இத்தனை ஆண்டுகளாக ஏன் ஆண் வரைந்திருப்பான் என்ற சிந்தனையிலே ஊறிப்போயிருந்தோம். சட்டெனக் கலியானோ என்னை விழிப்படையச் செய்துவிட்டார். நம் அகப்பயணத்தில் முக்கியமானது இது போன்ற புத்தக வாசிப்பே. உங்களுக்கு விருப்பமிருந்தால் 'Mirrors: Stories of Almost Everyone' நூலை வாசித்துப் பாருங்கள். இது போன்ற அறிவுத்தூண்டல் நிறையவே கிடைக்கும்.

2 நயாகராவின் சாரல்

ஐந்து ஆண்டுகளுக்கு முன்னால் நயாகரா அருவியைக் காணச் சென்றிருந்தேன். எத்தனையோ ஆங்கிலத் திரைப் படங்களில் கண்டிருந்த போதும், புகைப்படமாகப் பார்த்திருந்த போதும் நேரில் காணப்போகிற ஆசை மனதை வெகு உற்சாகம் கொள்ளச் செய்திருந்தது. நயாகரா அருவி இரண்டு கிளைகள் கொண்டது. லாட வடிவ அருவி கனடாவில் உள்ளது. மற்றது அமெரிக்கப் பகுதியில். இரண்டின் இடையில் வானவில் பாலம் ஒன்றுள்ளது. நயாகராவைக் காண ஆண்டுதோறும் 10 மில்லியன் மக்கள் வருகின்றனர்.

நான் கனடா செல்வதற்கு இரண்டு மாதங்களுக்கு முன்பு தான் நிக் வலேண்டா என்ற சாகசக்காரர் நயாகரா அருவியின் மீது கயிற்றில் நடந்து காட்டி சாதனை செய்தார். கரணம் தப்பினால் மரணம் என்பார்களே, அது நயாகரா அருவியின் மீது நடப்பவர்களுக்குச் சரியாகப் பொருந்தும்.

நிக் வலேண்டா கயிற்றில் நடப்பதை காண்பதற்காகப் பல்லாயிரம் பேர் கனடாவில் குவிந்திருந்தார்கள். அவர் நீண்டகாலப்பயிற்சிக்கு பின்பு நயாகராவை கயிற்றில் கடக்கத் தேர்வு செய்திருந்தார். மிக நிதானமாக அவர் அருவியின் மீது நடந்து போவதை பின்னாளில் நான் இணையதளத்தில் பார்த்தேன். எந்த மனிதனுக்கும் கிடைக்காத பாக்கியமது.

நயாகரா அருவியை நாம் தரையில் இருந்து பார்க்கிறோம். சிலர் ஆகாச விமானத்திலிருந்து பார்த்திருக்கிறார்கள். ஆனால் நிக் அதன் மீது நடந்து, கடந்து பார்த்திருக்கிறார். எவ்வளவு பிரமிக்கத்தக்க சாதனை. இந்த சாதனையைச் செய்து முடித்து அமெரிக்கப் பகுதிக்குள் சென்று இறங்கிய நிக் வலேண்டாவை உலகமே கொண்டாடிக் கொண்டிருந்த போது அமெரிக்கப் போலீஸ் மட்டும்

உங்களிடம் முறையான விசா, பாஸ்போர்ட் இருக்கிறதா எனச் சோதனை செய்தது. அவர் ஈரமான தனது மேல்கோட்டின் உள்ளிருந்து தனது பாஸ்போர்ட்டினை எடுத்துக்காட்டினார். இது தான் யதார்த்தம். மனிதர்கள் யாரும் செய்யமுடியாத சாதனையைக் கூட நீங்கள் செய்து முடித்துவிட முடியும். ஆனால் எளிதில் எல்லை தாண்டி போய்விட முடியாது. அதிலும் அமெரிக்கக் காவல்துறையின் கட்டுப்பாடு என்பது கெடுபிடியானது.

கனடா நாட்டிலுள்ள நயாகராவின் பகுதியில் வெள் ளொளிகளை அருவியின் இரண்டு பக்கத்தில் இருந்துமே பாய்ச்சுகிறார்கள். நள்ளிரவு வரை நீடிக்கும் இந்த வர்ண ஜாலத்தைக் காண்பது பேரானந்தம். அகன்ற கைகளை விரித்தபடியே ஆர்ப்பரித்து விழும் அருவியினை நெருங்கிப் போகப் போகச் சாரல் முகத்தில் அடிக்கிறது. காற்றின் வேகம் சாரலை துரத்திவிளையாடுகிறது.

தேனிலவிற்காக வந்துள்ள இளம்தம்பதிகள் ஒருவரோடு ஒருவர் அணைத்துக் கொண்டபடியே அருவியைப் பார்த்துக் கொண்டிருக்கிறார்கள். கணவன் மனைவிக்குள் இது போல அன்பெனும் அருவி இடைவிடாமல் கொட்டிக் கொண்டேயிருக்க வேண்டும் என்று பிரார்த்தனை செய்கிறார்களோ என்னவோ! அருவியைப் பார்த்தபடியே அந்தப் பெண்ணை ஆண் முத்தமிடுகிறான். அருவி அதை வெட்கமில்லாமல் பார்த்து சிரித்து விழுகிறது.

அசுர வேகத்துடன் பாய்ந்து ஓடி வரும் நயாகரா. ஆறு, விளையாட்டு காட்டுவது போலத் தான் விழுந்து அருவியாகிறதா?

பெரிய ஆறு எதுவும் ஓடாத விருதுநகர் மாவட்டத்தைச் சேர்ந்தவன் நான். விருதுநகரில் ஓடும் கௌசிக மாநதி என்பது அகன்ற சாக்கடை, அவ்வளவே. ஆற்றைக் கண்டது யாரு என்று எங்கள் கிராமத்து மக்கள் கேட்பார்கள்.

ஆறும் படித்துறையும், கோவிலும் இசையும், தஞ்சை நெல்லை வட்டாரத்து மக்களுக்கே சொந்தம். நாங்கள் தண்ணீர் தண்ணீர் எனக் குடம் தூக்கி அலைந்தவர்கள். வானத்தின் கருணை மட்டுமே வாழ வைத்த பூமி. அதுவும் கோடையில் பொய்த்துப் போய்விடும்.

அம்மாவின் சொந்த ஊர் கோவில்பட்டி. விடுமுறை என்றால் எப்போதும் ஆச்சி வீட்டிற்குப் போய்விடுவேன். கோடை முழுவதும் கோவில்பட்டி தான். ஒருமுறை கோவில்பட்டியில் கடுமையான தண்ணீர் பஞ்சம். எங்கு தேடியும் தண்ணீர் கிடைக்கவில்லை. நானும் நண்பன் குமாரும் ஆளுக்கு ஒரு சைக்கிளில் தகரக்குடத்தைக் கட்டிக் கொண்டு தண்ணீர் தேடி கரிசல் கிராமங்களை நோக்கி அலைந்தோம். எங்கும் வறண்ட கிணறுகள். வெடித்துப் போன நிலம். கடவுள் விடுகின்ற பெருமூச்சை போலக் காற்று வீசும் கரிசல் வெளி என்பார் கவிஞர் தேவதச்சன். உண்மை. கடவுளின் பெருமூச்சு கேட்கும் நிலமது.

அலைந்து சுற்றி எங்கேயும் தண்ணீர் கிடைக்கவில்லை. இளையரசனேந்தல் கிராமத்திலுள்ள ஒரு நல்ல தண்ணீர் கிணற்றில் தண்ணீர் இறைத்துக் கொள்ளச் சொன்னார்கள். அவர்களே வாளி, கயிறு தந்தார்கள். தண்ணீர் பிடித்த குடத்துடன் கோவில்பட்டிக்குள் நுழைந்த போது குமாரின் சைக்கிள் மண்ரோட்டில் தடுமாறி விழ தண்ணீர் பிடித்திருந்த குடம் கவிழ்ந்து தண்ணீர் மண்ணில் ஓடி மறைந்தது. குமார் ஓடும் தண்ணீரைப் பார்த்தபடியே ஓங்காரமாக அழுதான். அந்த அழுகையொலி கண்முன்னே தண்ணீர் மறைந்து போய்க் கொண்டிருக்கிறதே தடுக்க முடியாதே என்ற ஆதங்கம். சத்தமாக அவன் அழுதான். என்னால் அவனைச் சமாதானப்படுத்த முடியவில்லை.

அவனது இரண்டு குடத்திலும் கையளவு தண்ணீரே மீதமிருந்தது. என் தண்ணீர் குடம் ஒன்றை அவனுக்குக் கொடுத்தேன். அப்படியும் அவன் சமாதானம் ஆகவில்லை. அதன்பிறகு அவன் எங்களுடன் தண்ணீர் பிடிக்க வரவேயில்லை. ஆனால் அந்த அழுகையை மறக்க முடியவில்லை.

குமாரின் அழுகை சம்பந்தமில்லாமல் நயாகரா முன்னால் நின்ற போது நினைவிற்கு வந்தது. அவனை நினைத்துக் கொண்டதும் கண்கள் கலங்கின. சாரலின் தெறிப்பில் கண்ணீர் மறைந்து போனது.

மழை பெய்யும் நாட்களில் ஊரே கூடித் தண்ணீர் பிடிப்போம். அண்டா, குண்டா எனச் சகல பாத்திரங்களிலும்

மழைத்தண்ணீர் பிடித்துப் பாதுகாப்போம். தண்ணீரைக் கண்டால் தங்கத்தைக் கண்டது போல வியக்கும் கரிசல் வாசிக்கு நயாகராவில் இவ்வளவு தண்ணீர் வீணாகப் பாய்கிறதே என்ற ஆதங்கம் இருக்கத்தானே செய்யும்!

என்னோடு வந்திருந்த கனடா செல்வம் இந்தத் தண்ணீரை மின்சக்தியாக மாற்றிவிடுவார்கள், பெரிய மின் உற்பத்தி நிலையம் உள்ளது எனச் சொன்னார்.

அருவி ஒரு உண்மையை உலகிற்குச் சொல்கிறது. வீழ்வதும் அழகு தான். அருவி வீணில் விழவில்லை. மற்றவர்களுக்குப் பயன்தர விழுகிறது. மனிதர்களைச் சந்தோஷப்படுத்த விழுகிறது. வீழ்ந்த இடத்தில் தேங்கி விடுவதில்லை. தன் அடுத்தப் பயணத்தைத் துவங்கி விடுகிறது. மலையின் கூந்தல் தான் அருவி என எப்போதோ எழுதியிருக்கிறேன். 'தாவரங்களின் உரையாடல்' என்ற எனது சிறுகதை சப்தமில்லாத அருவி ஒன்றைப் பற்றியது. அருவி எப்போதும் எனக்கு விருப்பமானது.

ஆர்ப்பரித்து விழும் நயாகரா அருவி சென்ற ஆண்டு பனியால் உறைந்து போனது. கனடாவின் அருங்காட்சியகம் ஒன்றில் நூறு ஆண்டுகளுக்கு முன்பாக நயாகரா அருவி முழுமையாக உறைந்து போய்விட்ட புகைப்படம் மற்றும் ஓவியத்தைக் கண்டேன். உறைந்து போன அருவியின் அருகில் நின்று ஆட்கள் புகைப்படம் எடுத்திருக்கிறார்கள். அதைக் காணும் போது கொல்லப்பட்ட புலியின் அருகே நின்று புகைப்படம் எடுத்துக் கொண்டது போலவே தோன்றியது. உறைந்து போன அருவியைக் காணும் போது எல்லா ஆர்ப்பாட்டங்களும் ஏதோவொரு நாள் உறைந்து அடங்கிப் போய்விடும் என்றே தோன்றியது. இயற்கை நமக்கு எல்லா விதங்களிலும் கற்றுத் தருகிறது. நாம் தான் கற்றுக் கொள்ள மறுக்கிறோம்.

சமீபத்தில் சேசிங் நயாகரா என்ற ஆவணப்படம் ஒன்றைப் பார்த்தேன். நயாகரா ஆற்றின் போக்கில் படகில் கூடவே பயணித்து அந்த அருவியின் மீது பாய்ந்து தாவும் முயற்சியது. இதைச் சாத்தியப்படுத்த நினைக்கும் இளைஞர்கள் நயகாரா முன்னால் நின்றபடி அதை வெறித்துப்பார்த்தபடியே தங்கள் திட்டத்தைப் பற்றி பேசிக் கொண்டேயிருக்கிறார்கள். இலக்கு தவறிப்போய்

விழுந்தால் மரணம் என்கிறான் ஒருவன். மற்றவன் அதைப்பற்றிக் கவலையேப்படவில்லை. தன் கனவிலே மூழ்கிக் கிடந்தான்.

மனிதர்களின் கனவு எல்லாச் சாத்தியமின்மைகளையும் தாண்டியது. அடைய முடியாதவற்றை எப்படியாவது அடைய முயற்சிப்பதே மனிதனின் செயல்பாடு. யாரால் எப்போது முடியும் என்று தெரியாமல் இருக்கலாம். ஆனால் மனிதர்களின் கனவு பெரியது. அதை வென்றே தீருவார்கள்.

நயாகராவின் முன்னால் நானும் நண்பர்களும் நிறைய புகைப்படம் எடுத்துக் கொண்டோம். புகைப்படத்தை விடவும் மனதில் அதை முழுமையாக உள்வாங்கிக் கொள்ளவே அதிகம் முயன்றேன்.

நயாகராவைப் பார்த்து வந்து வருடங்கள் ஆகிவிட்டது. ஆனால் இன்றும் இதை எழுதும் தருணத்தில் அந்தச் சாரலின் தெறிப்பு என் முகத்தில் இருக்கிறது. ஈரத்தைக் கையால் துடைத்தபடியே எழுதுகிறேன்.

தண்ணீரின் கருணை அளவற்றது. தண்ணீரைப் போற்றுகிறேன். தண்ணீரின் அருமை தெரியாத மனிதர்களை நினைத்து வருந்துகிறேன். தண்ணீரே உலகின் முடிவற்ற பயணி. அது ஓடிக்கொண்டேயிருக்கிறது. உலகிற்கு வழி காட்டியபடியே மௌனமாகப் போய்க் கொண்டிருக்கிறது.

3
குதிரை சந்தை

ஏழு குதிரைகள் பூட்டிய ரதத்தில் சூரியன் பவனி வருகிறார் என்பது நம்பிக்கை. ஜெய, விஜய, அஜய, ஜிதப்ராணா, ஜிதாக்ரமன், மனோஜ்யா, ஜிதக்ரோதா ஆகியவை சூரியனின் ஏழு குதிரைகளாகக் குறிப்பிடப்படுகின்றன. உலகின் முடிவற்ற பயணி சூரியனே.

நாளெல்லாம் ஓடிக்கொண்டேயிருந்தாலும் குதிரைகள் தனது வலியைப் பற்றி புலம்புவதில்லை. இனி ஓடமுடியாது என மறுப்பதுமில்லை. குதிரைகளிடமிருந்து நாம் கற்றுக் கொள்ள வேண்டிய முக்கியப் பாடமிது. உங்கள் வலியை எதிர்கொள்ளுங்கள். அதைப்பற்றி புலம்பிக் கொண்டே யிருக்காதீர்கள். யாருக்காகவோ குதிரை ஓடுகிறது. அது குறித்து குதிரைகளுக்குப் புலம்பல்கள் இல்லை. தன் சக்தியை பிறருக்காகத் தருவதில் குதிரை சந்தோஷம் அடைகிறது.

புதிய சாலைகளின் வருகை, பயணத்தை எளிதாக்கி விட்டிருக்கிறது. குறிப்பாக இந்தியா முழுவதும் தங்க நாற்கரசாலை உருவாக்கப்பட்ட பிறகு பயணம் செய்கிறவர்களின் எண்ணிக்கை அதிகமாகிவிட்டது. முந்தைய காலங்களில் தேசிய நெடுஞ்சாலையைத் தவிர மற்ற சாலைகளில் பயணிப்பது மிகக் கஷ்டமானது. மழைக் காலத்தில் பயணிக்கவே முடியாது. கோடையிலோ மண்சாலைகளில் ஆள் உயர புழுதி எழும்பும். குடிக்கத் தண்ணீர் கிடைக்காது.

கரி என்ஜினில் இயங்கும் ரயிலில் போனால் சட்டை, முகம் எனக் கரிஅப்பி நிறம் கறுப்பாகி விடும். பேருந்து அறிமுகப்படுத்தப்பட்ட காலத்தில் கரியில் இயங்கும் என்ஜின் இருந்தது என்றும் அந்த நாட்களில் பேருந்தில் ஏறியதும் சட்டை வேஷ்டியை கழட்டி கையில்

வைத்துக் கொள்வார்கள் என்று என் தாத்தா கூறியது நினைவிலிருக்கிறது.

இன்று இந்தியா முழுவதும் தரமான சாலைகள் அமைக்கப் பட்டுள்ளன. நான்கு வழி சாலைகளின் வருகைக்கு முக்கியக் காரணம் வணிகப்பொருட்கள் விற்பனைக்கு எளிதாகக் கொண்டு போகவேண்டும் என்பதே. பிரிட்டீஷ் ஆட்சியாளர்கள் இந்தியா முழுவதும் ரயில்வே தண்ட வாளங்கள் அமைத்ததிற்கும் இதுவே காரணம்.

பதினெட்டாம் நூற்றாண்டின் மத்தியில் கிழக்கிந்திய கம்பெனியின் அவசர தகவல் ஒன்றை ஊட்டியில் முகாமிட்டிருந்த கவர்னரிடம் ஒப்படைக்க ஒரு சிப்பாய் மதராஸில் இருந்து குதிரையில் பயணம் செய்கிறான். நான்கு நாட்களின் பின்பே அவன் ஊட்டியை சென்றடைகிறான் என்கிறது இம்பீரியல் கெஜட். இன்று சென்னையில் இருந்து ஊட்டிக்கு விமானம் மூலம் நான்கு மணி நேரத்திற்குள் போய்ச் சேர்ந்துவிடமுடிகிறது. காலமாற்றம் பயணத்தின் இயல்பை முற்றிலும் உருமாற்றியிருக்கிறது. நவீன வசதிகளால் ஒரு நாளைக்குள் உலகின் ஒரு கோடியில் இருந்து மறுகோடிக்கு போய்விட முடிகிறது.

இவ்வளவு பயணவசதிகள் வந்தபிறகும் கூட விமானம் ஏறவே ஏறாத பெற்றோர்கள் எத்தனையோ பேர் நம்முடன் இருக்கிறார்கள். உங்களைத் தோளில் தூக்கிச் சுமந்த அவர்களை ஒரு முறை பறக்க வைத்து சந்தோஷப்படுத்த வேண்டியது உங்களின் கடமையில்லையா?

சில ஆண்டுகளுக்கு முன்பாக அந்தியூரில் நடைபெறும் குதிரைச் சந்தையைக் காண ஒரு நண்பர் அழைத்துச் சென்றிருந்தார். மிகப்பெரிய சந்தையது.

ஆகஸ்டு மாதம் அந்தியூரிலுள்ள குருநாத சுவாமி திருக்கோவிலில் நடைபெறும் தேர்த்திருவிழாவை ஒட்டி இந்தச் சந்தை நடைபெறுகிறது. கோவில் விழாக்களின் நோக்கமே ஒன்றுகூடுதல் தானே! விதவிதமான கலைகளும், கிராமிய கலைஞர்களும் திருவிழாவில் தான் ஒன்று கூடுகிறார்கள். திருவிழாவின் பகுதியாகப் பொருட் காட்சிகள் திகழ்கின்றன.

அந்தியூர் குதிரை சந்தை போன்ற ஒன்று வேறு எங்கும் கிடையாது. அன்றாட வாழ்விலிருந்து குதிரைகள் மறைந்து போன இக்காலத்தில் ஒரே இடத்தில் நூற்றுக்கணக்கான குதிரைகளைக் கண்டது சந்தோஷம் அளித்தது. அதிலும் விற்பனைக்காகப் பல்வேறு மாநிலங்களில் இருந்து குதிரைகளைக் கொண்டுவந்திருந்தது வியப்பூட்டியது. குதிரைகள் மட்டுமின்றி ஆடு மாடுகளும் இந்தச் சந்தையில் விற்பனை செய்யப்பட்டன.

ஒரு காரின் விலை இத்தனை லட்சம், பைக் விலை இவ்வளவு என்று நம்மால் சுலபமாகக் கூறமுடியும். ஆனால் ஒரு குதிரையின் விலை எவ்வளவு? எதை வைத்து குதிரையின் விலையை முடிவு செய்கிறார்கள்? இந்த விபரங்கள் எதுவும் நமக்குத் தெரியாது. குதிரைவண்டியில் இழுபடும் மட்டக்குதிரைகளைத் தவிரக் கம்பீரமான குதிரைகளை நாம் நேரில் காண்பது கூடக் குறைவே.

வரலாற்றினை ஆராய்ந்து பார்த்தால் மனிதனின் முன்னேற்றத்திற்கு குதிரைகளின் பங்களிப்பு மகத்தானது. சென்ற நூற்றாண்டு வரை குதிரை வைத்திருப்பது தான் அந்தஸ்தின் அடையாளம். குதிரைகளே மனிதர்களை ஓரிடம் விட்டு ஓரிடம் கொண்டு சென்றன. குதிரைகளைப் பராமரிப்பதற்கு என்று விசேச லாயங்கள் இருந்தன. குதிரைகளைப் பற்றி அரிய விஷயங்களை அஸ்வ சாஸ்திரம் விரிவாக எடுத்துச் சொல்கிறது. இன்று வரை கார்களின் எஞ்சின் சக்தியை ஹார்ஸ் பவர் என்றே குறிப்பிடுகிறோம்.

குதிரையின் நடையை அஸ்வ சாஸ்திரம் ஐந்துவிதமாகச் சொல்கிறது. அதாவது ஆஸ்கந்திகம், தோரிதகம், ரேசிதம், வல்கிதம், ப்லுதம் என ஐந்துவிதமான முறைகளில் குதிரை நடையிருக்கிறது என்கிறது சாஸ்திரம்.

அந்தியூர் குதிரை சந்தையில் சிறப்புச் சிந்தி வகைக் குதிரை, காத்தியவார் மற்றும் மார்வார் ரகக் குதிரைகள் விற்பனைக்கு இருந்ததைக் கண்டேன். கறுப்பு நிற குதிரைகளின் கம்பீரம் காண சிலிர்ப்பூட்டுகிறது.

குதிரைகளின் முகத்தில் அல்லது கழுத்தில் காணப்படும் சுழிகளைக் கொண்டே குதிரையின் தரம் நிர்ணயம்

செய்யப்படுகிறது. அதாவது 9 அல்லது 10 சுழிகள் பெற்றிருந்தால், அவை ராசியான குதிரைகள். இதை அதிக விலை கொடுத்து வாங்கிக் கொள்கிறார்கள். இது போன்ற குதிரைகள் பத்து முதல் இருபது லட்சம் வரை விற்பனை செய்யப்படுகின்றன.

அரபுக் குதிரைகள் ஒரு காலத்தில் கப்பலில் கொண்டு வரப்பட்டுத் தமிழக மன்னர்களிடம் விற்பனை செய்யப் பட்டிருக்கின்றன. குதிரை வணிகம் நடைபெற்றதற்குச் சாட்சியமாக உள்ளது திருப்புடைமருதூர் கோவில் ஓவியங்களாகும். தமிழக வரலாற்றின் சாட்சியமாக உள்ளவை கலைப்படைப்புகள் மட்டுமே. அதுவும் சிற்பங் களாகவோ, ஓவியங்களாகவோ உள்ளதே அதிகம். அதன் மதிப்பையும் பெருமையும் அறியாமல் நாம் சிதைத்து வருகிறோம் என்பதே இன்றைய நிஜம்.

திருநெல்வேலியிலிருந்து அம்பாசமுத்திரம் செல்லும் சாலையில், வீரவநல்லூரிலிருந்து ஏழு கி.மீ. தொலைவில், திருப்புடைமருதூர் அமைந்துள்ளது. இக்கோவிலின் ராஜ கோபுரம் ஐந்து நிலைகள் கொண்டது. அந்தக் கோவிலில் காணப்படும் ஓவியங்கள் தனிச்சிறப்பு மிக்கவை அதில் ஒன்றாக அராபிய குதிரை வணிகக் கப்பல் பற்றிய ஓவியம் காணப்படுகிறது. பேராசியர் பாலுச்சாமி இந்த ஓவியங்களை முழுமையாக ஆவணப்படுத்தி மிக அழகிய நூலாக வெளிக் கொண்டுவந்துள்ளார். தமிழில் இது போன்ற நூல் வந்ததே கிடையாது.

குதிரைகள் பற்றி எத்தனையோ திரைப்படங்கள் வெளியாகியுள்ளன. அதில் 'சீபிஸ்கட்' (Seabiscuit) என்ற ஹாலிவுட் படம் பந்தயக் குதிரையொன்றை பற்றியது. இப்படம் குதிரைக்கும் குதிரையோட்டிக்குமான உறவை அற்புதமாகச் சித்தரித்துள்ளது.

குதிரைகளை அழகிய சிற்பங்களாக எத்தனையோ கோவில்களில் செய்து வைத்திருக்கிறார்கள். நான் பார்த்த குதிரை சிற்பங்களில் பேரழகு மிக்கது ஆவுடையார் கோவில் சிற்பங்களாகும். இக்கோவிலில் காணப்படும் குதிரை சிற்பங்களின் கலைநேர்த்தி ஒப்பற்றது. குதிரையின் வாயினுள் நீங்கள் கையை விட்டுப் பார்த்தால் அதன்

மேற்புறம் புடைத்து இருக்கும். அவ்வளவு நுட்பமாகக் கல்லில் செதுக்கியிருக்கிறார்கள்.

பாண்டிய மன்னருக்காக குதிரை வாங்க வந்த மாணிக்கவாசகர் ஆவுடையார் கோவிலில் தங்கிவிட்டதாக ஐதீகம். ஆகவே கோவிலில் விதவிதமான குதிரைகளின் சிற்பங்கள் காணப்படுகின்றன. ஒவ்வொரு குதிரையும் ஒரு ரகம். இவ்வளவு அழகான சிற்பங்களைச் செய்த கலைஞர் யார். எங்கும் அவரது பெயர் கிடையாது. தான் முக்கிய மில்லை, தனது கலைப்படைப்பே முக்கியம் என்பதே தமிழரின் நெறி.

ஆவுடையார் கோவிலின் தாழ்வாரத்திலுள்ள கொடுங் கைகள் சிறப்பானவை. கல்லை நுணுக்கமாக இழைத்து அதில் குமிழ் போலச் செய்திருப்பார்கள். ஒரு கல்லுக்கும் இன்னொரு கல்லுக்கும் எந்த இடத்தில் எவ்வாறு இணை சேர்க்கப்பட்டுள்ளது என்பதைக் கண்டுபிடிக்க முடியாத அளவிற்குக் கொடுங்கைக்கூரை அமைக்கப்பட்டுள்ளது. இந்த தாழ்வாரம் மொத்தம் பதிமூன்றரை அடி நீளமும் ஐந்தடி அகலமும் இரண்டரையடி கனமும் உள்ளதாகும். இந்தக் கோயிலிலே மற்ற சிவாலயங்களில் இருப்பது போலக் கொடிமரம்மும், பலி பீடமும் கிடையாது. நந்தியும் கூடக் கிடையாது. அது போலவே சுவாமிக்கு உருவமும் இல்லை.

இங்குள்ள சுவரோவியங்களில் சமணர்களைக் கழு வேற்றியது மிக நுட்பமாகக் காட்சிப்படுத்தபட்டிருக்கிறது.

அடுத்தமுறை கோவிலுக்குப் போகும்போது அங்குள்ள குதிரை சிற்பங்களை நின்று நிதானமாகப் பாருங்கள். முடிந்தால் உங்கள் பிள்ளைகளுக்கு அந்தக் குதிரையின் அழகை அறிமுகம் செய்து வையுங்கள். சிற்பங்களை ரசிக்கச் செய்யுங்கள்.

பயணம் என்பது வெறும் புகைப்படம் எடுப்பதற்கான தல்ல. ஒவ்வொன்றையும் நிதானமாக நின்று ரசித்து அனுபவித்துக் கொண்டாட வேண்டும் என்பதே பயணத்தின் அடிப்படை.

4
ஹத்தி கும்பா

வரலாற்றுப் புகழ்மிக்க இடங்களை தேடிக் காண வேண்டும். அங்குள்ள சிறப்பம்சங்களையோ அறிந்து கொள்ள வேண்டும் என்பதில் நாம் அக்கறை காட்டுவதேயில்லை. ஆண்டு தோறும் கோடையில் ஊட்டி, கொடைக்கானலுக்கு செல்லும் கூட்டம் அதிகமாகிக் கொண்டேயிருக்கிறது. ஆனால் இவர்களில் ஒரு சதவீதம் கூட ஹரப்பா நாகரீகச் சான்றான லோத்தலையோ, நாளந்தா பல்கலைக்கழகத்தையோ, ஜாலியன்வாலா பாக்கையோ கண்டவர்களில்லை.

இவ்வளவு ஏன்? தமிழகத்தின் பேரழகுமிக்க கலைக் கூடங்களான தாராசுரம், பட்டீஸ்வரம், திருபுவனம், கங்கைகொண்ட சோழபுரம், கிருஷ்ணாபுரம் போன்ற இடங்களுக்கு போய்வருகிறவர்கள் குறைவே. கலை ரசனை குறித்து பள்ளியிலே தனிக்கவனமும் அறிமுகமும் துவங்கப்பட வேண்டும். இது போலவே கல்வி நிலையங்கள் மாநிலத்திலுள்ள முக்கிய வரலாற்று சின்னங்களுக்கு மாணவர்களை அழைத்துப் போக வேண்டும்.

எனது பள்ளி நாட்களில் இந்தியா முழுவதுமே பயணம் அழைத்துப் போனார்கள். இன்று பெரும்பான்மை பள்ளிகள் வகுப்பறைக்கு வெளியே மாணவர்களுக்கு எதையும் அறிமுகம் செய்வதில்லை. பெற்றோர்களுக்கும் இதில் ஆர்வம் இருப்பதில்லை.

இவற்றை ஏன் தெரிந்து கொள்ள வேண்டும் என்று எதிர்கேள்வி கேட்கிறார்கள். நம் நிலத்தின், இனத்தின், மொழியின் வரலாற்றை தெரிந்து கொள்ளாமல் இருப்பது அவமானமில்லையா? ஒரு தலைமுறையே இப்படி தங்கள் வரலாற்றைத் தெரிந்து கொள்ளாமல் விலக்கப்பட்டு வருவது வேதனையளிக்கிறது.

ஒடிசா மாநிலம் அதன் வரலாற்று பெருமைமிக்க இடங்கள், தொல்லியல் களங்கள், இயற்கை வாழிடங்கள் யாவையும் உள்ளடக்கி ஒரு கல்ச்சுரல் அட்லஸ் ஒன்றை வெளியிட்டுள்ளது. இதைக் கையில் வைத்துக் கொண்டால் அந்த மாநிலத்தில் எந்த இடத்தில் என்ன சரித்திர சான்றுகள், தொல்லியல் களங்கள் உள்ளன என்பதை எளிதாகக் கண்டறியமுடியும். தமிழகத்தில் இது போன்ற கல்ச்சுரல் அட்லஸ் எதுவும் தயாரிக்கப்படவில்லை. முதன்மையாக நாம் மேற்கொள்ள வேண்டிய பணியிது.

தமிழகத்தின் வரலாற்றை தமிழ்நாட்டிற்குள்ளாகவே பெரிதும் ஆய்வு செய்திருக்கிறார்கள். ஆனால் இமயம் வரை தமிழகத்தின் வேர்கள் படர்ந்துள்ளன. ஆப்கானிஸ்தானிலும் பாகிஸ்தானிலும் தமிழ்ப் பெயரில் ஊர்கள் உள்ளதாக சிந்து சமவெளி ஆய்வாளர் பாலகிருஷ்ணன் குறிப்பிடுகிறார். தமிழகத்திற்கு வெளியே தமிழ் மொழி, இனம் குறித்த கல்வெட்டுகள், சான்றுகள் எங்கெல்லாம் உள்ளன என்பது முழுமையாக தொகுக்கப்பட வேண்டும்.

ஒடிசா மாநிலத்தின் புவனேஸ்வருக்கு அருகிலுள்ள உதயகிரியில் காணப்படும் ஹத்தி கும்பா கல்வெட்டு தமிழகத்தின் மூவேந்தர்களும் ஒருங்கிணைந்து கூட்டணியாக செயல்பட்டதை குறிக்கிறது. இதைக் காண்பதற்காக ஒடிசா சென்றிருந்தேன்.

தமிழகத்தைப் போலவே பண்பாட்டுச் சிறப்பு பெற்றது ஒடிசா. முன்னாளில் கலிங்கம் என அழைக்கப்பட்டது. தமிழக வணிகர்கள் கலிங்கத்திற்குச் சென்று வணிகம் செய்திருக்கிறார்கள். இது போலவே கலிங்கத்து பட்டு தமிழகத்தில் விற்பனை செய்யப்பட்டிருக்கிறது. கலிங்கம் என்ற சொல்லே ஆடையைத் தான் குறிக்கிறது. மகா பாரதத்தில் கலிங்க நாடு குறித்து பல இடங்களில் குறிப்பிடப்பட்டுள்ளது.

ஒடிசா மாநிலம் முழுவதுமே இயற்கையோடு இணைந்த வாழ்க்கையே பிரதானமாகவுள்ளது. புவனேஸ்வரம் தன் பழமையை அப்படியே தக்கவைத்துள்ளது. சென்னை போன்ற பெருநகரவாசிகளுக்கு எல்லாவற்றிலும் அவசரம். சாப்பிடப்போனால் கூட ஐந்து நிமிடம் காத்திருக்க மாட்டார்கள். வேகம், அதிவேகம், வேகமோ வேகம் தான்

தமிழக வாழ்க்கை. எல்லா நோய்களுக்கும் இதுவே ஆதாரக் காரணம். ஆனால் ஒடிசா சென்றவுடன் நாம் காண்பது நிதானம். மக்கள் எதற்காகவும் பரபரப்பாக ஓடுவதில்லை. நிதானமாகச் செயல்படுகிறார்கள். புவனேஸ்வரில் காலை உணவிற்காக ஒரு உணவகத்திற்கு சென்றிருந்தேன். உணவகத்தில் காலை நேரம் கூட்டமேயில்லை. சென்னையில் காலை எட்டு மணிக்கு எந்த உணவகத்திற்கு சென்றாலும் பரபரப்பு. அவசரத்தைக் கண்டு பழகிய எனக்கு இங்கே சாவகாசமாக சர்வர் வந்து நின்று ஆர்டர் எடுத்து பதினைந்து நிமிடங்களுக்கு பிறகு உணவு கொண்டு வந்து சாப்பிட்டது ஆசுவாசமாகயிருந்தது.

ஒடிசா மாநில மக்களும் அரிசி உணவினை முதன்மையாக எடுத்துக் கொள்பவர்கள். அதுவும் கோராபுட் மாவட்டம் தான் இந்தியாவில் அரிசி முதல்முறையாக விளைந்த மாநிலம் என்கிறார்கள். நெல் ஆராய்ச்சி மையம் கட்டக்கில் தானிருக்கிறது. ஆகவே மிகச்சிறந்த நெல் ரகங்கள் இங்கே விளைகின்றன. சுடு சோறும், நெய்யும், பருப்பும், இனிப்பு வகைகளுமே இவர்களின் விருப்பமான உணவுகள்.

சென்னைப் போன்ற மாநகரம் உறங்குவதேயில்லை. அது போலவே காலை ஆறுமணிக்கு கொதிப்பின் உச்ச நிலையை அடைந்துவிடுகிறது. ஆனால் ரம்மியான காற்றும், நீலவானமும், இளம்குளிருமாக புவனேஸ்வர் மெதுவாக கண் விழிக்கிறது. கடைகள் யாவும் பத்துமணிக்குப் பிறகே துவங்குகின்றன. அதிக வாகன நெருக்கடிகள் இல்லை.

எந்த ஊருக்குச் சென்றாலும் அங்கு மக்கள் கூடுகின்ற இடங்களை அவசியம் பார்த்துவிடுவேன். அதுவே உண்மையான வாழ்க்கையை எடுத்துக்காட்டுவதாக இருக்கும். அதிலும் குறிப்பாக காய்கறி சந்தைகள், பழக் கடைகள், புத்தகக் கடைகளுக்கு அவசியம் போய்வருவேன். காரணம் காய்கறி சந்தைகளில் விதவிதமான மனிதர்களைக் காண முடியும். என்னவிதமான காய்கறிகள் விளைகின்றன, அதை என்ன விலையில் விற்கிறார்கள் என்பதை அறிந்து கொள்ள முடியும். தமிழகத்தோடு ஒப்பிட்டால் ஒடிசாவில் காய்கறிகளின் விலை மிகவும் மலிவு. சிறுவணிகர்கள் ஏமாற்றி சம்பாதிக்க வேண்டியதில்லை என்ற அறத்தோடு செயல்படுகிறார்கள்.

உதயகிரியை காண்பதற்காகச் சென்றோம். தொலைவில் சூரிய வெளிச்சத்தில் உதயகிரி ஒளிர்ந்து கொண்டிருந்தது. வரலாற்று பிரசித்தமான இடங்களுக்கு போவதற்கு முன்பு அதைப் பற்றி கொஞ்சம் தெரிந்து கொண்டு போவது நல்லது. அப்போது தான் எதைக் காண வேண்டும். எவ்வளவு நேரம் அதற்கு செலவிட வேண்டும் என்பது புரியும். தொல்லியல் துறையின் கட்டுப்பாட்டில் உள்ள இடம் என்பதால் சிறப்பாக பராமரிக்கப்பட்டு வருகிறது.

உதயகிரி, கந்தகிரி குகைகள் தொல்லியல் மற்றும் சமண வரலாற்றில் மிகவும் முக்கியமான இடமாகும். கலிங்கத்தை ஆண்ட மன்னர் காரவேலன் காலத்தில் இக்குகைகளில் சமண, பௌத்தத் துறவிகள் தங்கியிருந்திருக்கிறார்கள். உதயகிரி அருகில் லலித்கிரி எனும் பௌத்த தொல்லியல் களம் உள்ளது.

காரவேலன் சமண மதத்தைப் பின்பற்றியவன். கி.மு. இரண்டாம் நூற்றாண்டின் பிற்பகுதியில் கலிங்க தேசத்தை ஆண்டவன். புகழ்பெற்ற இவனது ஆட்சியின் போது தான் மூன்று தமிழரசர்களும் வடக்கத்திய படைஎடுப்பைத் தடுக்க வைத்திருந்த கூட்டணியை முறியடித்ததாக இக்கல்வெட்டில் பொறித்திருக்கிறான்.

ஹத்தி கும்பா கல்வெட்டு 17 வரிகளைக் கொண்ட முக்கியமான வரலாற்றுச் சாசனமாகும். ஆகும். இதில் தமிழகம் தொடர்பான இரண்டு முக்கியக் குறிப்புகள் உள்ளன. ஒன்று, சேரசோழ பாண்டிய மன்னர்களின் கூட்டணியைத் தான் வென்றதாக காரவேலர் கூறுவது. மற்றது பாண்டிய மன்னர் அளித்த பரிசுகள் பற்றியது.

113 ஆண்டுகளாக நீடித்த த்ரமிள தேசத்து மன்னர்களின் கூட்டணியைத் தான் வென்றேன் என காரவேலர் சொல்கிறார். வடவர்களை எதிர்த்துப் போரிட தமிழக மன்னர்களின் கூட்டணி அமைந்திருந்தார்கள் என்பதன் சாட்சியமிது. மூன்று தமிழ் மன்னர்களும் ஒன்று சேர்ந்து போரிட்டிருக்கிறார்கள். அவர்களுக்குள் வடவர்களை எதிர்ப்பதில் ஒற்றுமை இருந்திருக்கிறது என்பதையே இக் கல்வெட்டு சுட்டிக்காட்டுகிறது.

ஹத்தி கும்பா கல்வெட்டினைக் காணும் போது வடவர்களை எதிர்ப்பதில் இன்று அது போன்ற ஒற்றுமையும்

கூட்டணியும் ஆட்சியாளர்களிடம் இல்லையே என வருத்தமாக இருந்தது.

பாண்டிய மன்னரிடமிருந்து முத்துக்களையும், மாணிக்கம், ரத்தினம் உள்ளிட்ட அரிய வகை கற்களையும், யானைகள், குதிரைகள் உள்ளிட்ட பரிசுகளையும் பெற்றுத் தன் அரண்மனையை காரவேலர் அலங்கரித்தார் என்கிறது இக்கல்வெட்டு. இதன் மூலம் பாண்டிய நாட்டின் செல்வச் செழிப்பை நாம் அறிந்து கொள்ள முடிகிறது.

உதயகரியைக் காண்பதற்காக நிறைய சுற்றுலா பயணிகள் வருகிறார்கள். அவர்களின் ஒரே நோக்கம் புகைப்படம் எடுப்பது மட்டுமே. உதயகிரி குடைவரைகளில் ஒன்றிரண்டில் மட்டுமே சிற்பங்கள் காணப்படுகின்றன. குடைவரைகளின் அலங்கார வளைவுகள் சிறப்பாக செதுக்கப்பட்டுள்ளன. உதயகிரியில் உச்சியில் ஒரு சமணக்கோயில் உள்ளது. அங்கே சலவைக் கல்லில் செதுக்கப்பட்ட பார்சுவநாதர் சிற்பம் காணப்படுகிறது.

கந்தகிரி குகைகள் சாதவாகன மன்னர்களால் சமணத் துறவிகளுக்கு அளிக்கப்பட்டவை. எட்டு அடுக்குகளாக இருந்த இக்குகைகள் பூகம்பத்தால் சிதறுண்டிருக்கின்றன. இப்போது மீதமிருப்பது மூன்றடுக்குகளே. இந்த குகைகளில் வசீகரமான உடலமைப்புக் கொண்ட யவன வீரனின் சிற்பம் காணப்படுகிறது, கலிங்கத்திற்கு ஒரு காலத்தில் யவனர்களுடன் இருந்த வணிகத்தொடர்பால் யவன வீரர்கள் இங்கே வந்து பணியாற்றினார்கள்.

ஹத்திகும்பா கல்வெட்டு பிராமியில் எழுதப்பட்டிருக்கிறது. இதன்முன்பாக நின்ற போது அந்த எழுத்துகளை வாசிக்க முடியவில்லை. ஆங்கில பிரதியாக்கத்தை வைத்துக் கொண்டு வரி வரியாக பார்த்தேன். நெகிழ்ச்சியாக இருந்தது. மொழி தான் சரித்திரத்தின் அழியாச் சான்றாகயிருக்கிறது.

காலம் வரலாற்றின் புகழ்பெற்ற மன்னர்களை அடையாளமற்று செய்துவிட்டது. ஆனால் கற்கள் இன்றும் அவர்கள் புகழ்பாடிக் கொண்டேயிருக்கின்றன. கல்லின் மௌனம் காலத்தால் வெல்லமுடியாதது போலும்.

5
திப்பு சுல்தானின் கோடை மாளிகை

தமிழகத்தை ஆண்ட சேர சோழ பாண்டிய மன்னர்கள் என்ன உடை அணிந்திருந்தார்கள்? மேல்சட்டை அணியும் பழக்கம் இருந்ததா? வேஷ்டி கட்டியிருந்தார்களா? சினிமாவில் காட்டப்படும் ராஜா வேஷம் என்பது வெறும் ஒப்பனை தானே!

சிற்பங்களில் காணப்படும் மன்னர் உருவம் எதிலும் மேல்சட்டை அணிந்த தோற்றம் கிடையாது. சுவரோவியங்களிலும் அப்படியே! தையல் இயந்திரம் 1790 ஆம் ஆண்டு தாமஸ் செயின்ட் என்பவரால் வடிவமைக்கப்பட்டது. விலங்குகளின் தோல்களைத் தைப்பதற்காக இந்த இயந்திரம் உருவாக்கப்பட்டது. அதன் முன்பு வரை கையால் ஊசி கொண்டு தைப்பதே வழக்கம். விதவிதமான ஊசி வகைகள் நம்மிடம் இருந்திருக்கின்றன. சீனாவிலிருந்தும் கிரேக்கத்திலிருந்தும் நுண்ணிய ஊசிகள் தமிழகத்திற்குக் கொண்டு வரப்பட்டதாக தகவல். அதைக் கொண்டு தையல் கலைஞர்கள் ஆடைகள் தைத்துத் தந்திருக்கக் கூடும்.

தமிழக மன்னர்கள் அணிந்த ஆடைகள் எதுவும் நமக்கு கிடைக்கவில்லை. இலக்கியங்களில் குறிப்பிடப்படும் ஆடைகளே நமக்கு கிடைத்துள்ள சாட்சியம்.நெசவுத்தொழிலில் நாம் மேலோங்கி இருந்ததற்கான ஆதாரங்கள் நிறையவுள்ளன.

மன்னரின் ஆடை பற்றிய இந்த சந்தேகம் எழுந்த இடம் ஸ்ரீரங்கபட்டினம். கர்நாடகத்தில் மைசூர் போகும் வழியில் உள்ளது ஸ்ரீரங்கபட்டினம். ஆற்றின் கரையில் அமைந்துள்ளது திப்புவின் கோடை மாளிகை. அதைக் காணச் சென்றிருந்தேன். தரியா தௌலத் பாக் எனப்படும் இம்மாளிகை இப்போது மியூசியம் போல உருமாற்றப் பட்டுள்ளது. புல்வெளியும் நீரூற்றுகளும் அழகிய வேலைப்பாடு

அமைந்த மாளிகையாக இருந்தாலும் கழிப்பறைகள் கிடையாது என்பதே நிஜம்.

நீண்ட புல்வெளி. அலங்காரமாக வெட்டிவிடப்பட்ட செடிகள். கோடை விடுமுறை என்பதால் ஏராளமான சுற்றுலா பயணிகள். திப்பு மாளிகையை பலமுறை கண்டிருக்கிறேன் என்றாலும் இங்குள்ள ஓவியங்கள் எனக்கு மிகவும் பிடித்தமானவை. குறிப்பாக 'Storming of Srirangapatna' என்ற போர்க்கள ஓவியம் மிகவும் புகழ்பெற்றது. இதை வரைந்தவர் ராபர்ட் கெர் போர்டர் என்ற ஆங்கிலேய ஓவியர், இது போலவே திப்புவின் மகன்களை காரன்வாலிஸ் பிரபுவிடம் ஒப்படைத்தல் என்ற ராபர்ட் ஹோம் வரைந்த ஓவியம் இரண்டும் முக்கிய வரலாற்று சாட்சியங்கள்.

மேற்கு சுவரில் ஹைதர் மற்றும் திப்புவின் 1780ஆம் ஆண்டு போர்க்களக்காட்சி இடம் பெற்றுள்ளது. பதினெட்டு அடி உயர சுவரோவியம். கிழக்குச் சுவரில் அரண்மனை வாழ்க்கையை விவரிக்கும் நூற்றுக்கும் மேற்பட்ட உருவங்கள் கொண்ட சித்திரங்கள் காணப்படுகின்றன. இத்தோடு திப்பு பயன்படுத்திய வாள், அணிகலன்கள், நாணயங்கள் காட்சிக்கு வைக்கப்பட்டுள்ளன. இந்த மாளிகையினுள் திப்புவின் உடையும் கண்ணாடி பெட்டகம் ஒன்றினுள் இருந்தது. பட்டால் ஆன அந்த உடையைக் காணும் போது திப்பு சுல்தான் உயரம் குறைவானவர் என்ற எண்ணம் உருவானது.

ராபர்ட் ஹோம், இங்கிலாந்தில் பிறந்த ஓவியர். 1791ஆம் ஆண்டு காரன் வாலிஸ் பிரபுவின் கூடவே பயணம் செய்து, அவரது முக்கிய நிகழ்வுகளை ஓவியமாக வரைவதற்காக ராபர்ட் ஹோம் நியமிக்கப்பட்டார். அதனால், படைப்பிரிவு செல்லும் இடங்களுக்கு எல்லாம் ஓவியர் ஹோம் கூடவே சென்று, படங்களை வரைந்திருக்கிறார்.

மூன்றாம் மைசூர் போரில் ஆங்கிலேயர்களிடம் திப்பு சுல்தான் தோற்றுப்போகவே, அதற்கு நஷ்ட ஈடாக அவரது ராஜ்ஜியத்தில் ஒரு பகுதியும் 3.3 கோடி வராகன் பணமும் கொடுக்கும்படி ஒப்பந்தம் ஏற்படுத்தப்பட்டது. இந்தப் பணம் செலுத்தப்படும் வரை பிணையத்திற்காக திப்பு சுல்தானின் பிள்ளைகள் இருவரை ஆங்கிலேய

அரசு பிடித்து வைத்துக் கொண்டது. பத்து வயதான அப்துல் காலிக் சுல்தான், எட்டு வயதான மொய்சுதீன் சுல்தான் ஆகிய இருவரையும் ஆங்கிலேயர் பிணையாகப் பெற்றனர்.

பிணையக் கைதிகளாகக் கொண்டு செல்லப்பட்ட திப்புவின் பிள்ளைகள் சென்னைக் கோட்டையில் தங்க வைக்கப்பட்டனர். அவர்களுக்கு வெள்ளைக்காரர்களின் பழக்க வழக்கங்கள் கற்றுக் கொடுக்கப்பட்டன. சென்னைக் கோட்டையில் வீட்டுச்சிறை போல இரண்டு ஆண்டுகள் அவர்களை பிரிட்டிஷ் நிர்வாகம் வைத்திருந்தது. 1794 பிப்ரவரி 29ம் தேதி, தேவனஹள்ளியில் தவணை பணத்தை செலுத்திவிட்டு திப்பு சுல்தான் தனது பிள்ளைகளை மீட்டுக்கொண்டார்.

காரன்வாலிஸீடம் தன் பிள்ளைகளை திப்பு ஒப்படைக்கும் ஓவியம் முன்பாக நிற்கையில் அக்காட்சியை மனது தானே கற்பனை செய்து கொண்டது.

பிணையக் கைதிகளாக பிடித்துச் செல்லப்பட்ட இளவரசர்களின் மனநிலை எப்படி இருந்திருக்கும்? சொந்தப் பிள்ளைகளைப் பணயம் வைத்த திப்புவின் மனநிலை எவ்வாறு இருந்திருக்கும்? மாவீரனும் கூட அவமானத்தினை ஏற்றுக் கொள்ள வேண்டும் தானில்லையா?

திப்பு சுல்தானின் போர்க்களக் காட்சி ஓவியத்தில் எதிரிகளை ஏமாற்ற திப்பு சுல்தான் போலவே உடை அணிந்த நகல் உருவங்கள் களத்தில் சண்டையிட்டுக் கொண்டிருக்கிறார்கள். இதில் ஒரிஜினல் திப்பு சுல்தான் யார் என்பதை திப்புவின் விசுவாசிகளில் ஒருவனே காட்டிக் கொடுத்திருக்கிறான். திப்பு சுல்தான் வீழ்த்தப்பட்டது நம்பிக்கை துரோகத்தால் மட்டுமே. காட்டிக் கொடுக்கும் கயவர்கள் வரலாற்றில் எப்போதுமிருக்கிறார்கள். துரோகம் தான் உலகின் அழிக்கமுடியாத ஆயுதம்.

திப்பு சுல்தான் நவீன அறிவியல் தொழில்நுட்ப கண்டு பிடிப்புகளால் பெரிதும் ஈர்க்கப்பட்டவர். இதனால், துப்பாக்கி செய்யும் வல்லுநர்கள், வெடிமருந்து தயாரிப்பவர்களை ஃபிரான்ஸிலிருந்து மைசூருக்கு வரவழைத்திருக்கிறார்.

பீரங்கிகள், மற்றும் வெடிபொருட்களை மைசூரிலேயே தயாரிப்பதற்கான ஆலையையும் உருவாக்கியிருக்கிறார்.

ஆடம்பரமான திருமணங்களை தடுக்க வேண்டும் என நினைத்த திப்பு சுல்தான் ஒருவர் தனது வருமானத்தில் ஒரு சதவீதத்தை மட்டுமே திருமணத்திற்கு செலவு செய்ய வேண்டும் என உத்தரவு பிறப்பித்துள்ளார். இன்றைக்கு இது அவசியமாக செயல்படுத்த வேண்டிய சட்டமாகும்.

இது போலவே தனது அரண்மனையில் பெரிய நூலகம் ஒன்றை உருவாக்க வைத்திருந்தார். அதில் இரண்டாயிரத் திற்கும் அதிகமான அரிய நூல்கள் இடம்பெற்றிருந்தன. திப்பு சுல்தான் 1787 ஆம் ஆண்டு முழுமையான மது விலக்கை அமல்படுத்தியதோடு மது விற்பனையில் ஈடுபட்டு வந்தவர்களுக்கான மறு வாழ்வும் உருவாக்கிக் கொடுத்திருக்கிறார்.

ஸ்ரீரங்கபட்டினத்திலே தான் திப்புவின் சமாதியும் உள்ளது. கும்பாஸ் எனப்படும் அந்த சமாதிக்கு போன போது ஆட்களே இல்லை. வெயிலில் காய்ந்து கொண்டிருந்தது சமாதி. மண்ணுக்குள் போன பிறகு மன்னனும் வெறும் பெயர் தானே.

இ.பாலகிருஷ்ண நாயுடு எழுதிய ‘டணாயக்கன் கோட்டை’ நாவல் திப்பு சுல்தானுடைய வரலாற்றை, அரசாட்சி முறையை, அவர் வீழ்த்தப்பட்ட வரலாற்றை துல்லியமாக விவரிக்கக்கூடியது. இந்த நாவலைத் தேடி நானும் கோணங்கியும் 80களில் ஊர் ஊராக அலைந்தோம். கோவையிலுள்ள பழைய புத்தகக் கடை ஒன்றில் கண்டு பிடித்து வாசித்தோம். தற்போது இந்நாவலின் புதிய பதிப்பை ‘அம்ருதா’ பதிப்பகம் வெளியிட்டுள்ளது. சரித்திர நாவல்களில் ஆர்வமுள்ளவர்கள் வாசிக்க வேண்டிய புத்தகமிது.

6

கம்பனின் நினைவிடம்

ஜப்பானுக்குப் போயிருந்த போது ஜென் கவிகளின் பிதாமகராகக் கருதப்படும் கவிஞர் பாஷோவின் மியூசியத்தைக் காணச் சென்றிருந்தேன். 1680 களில் பாஷோ டோக்கியோவில் சிறிய குடில் அமைத்துத் தங்கியிருந்திருக்கிறார். அதன் நினைவாகவே இந்த மியூசியம் அமைக்கப்பட்டிருக்கிறது.

பாஷோ மகத்தான ஹைக்கூ கவிஞர். ஜப்பானிய மொழியில் பாஷோ என்றால் வாழை மரம் என்று அர்த்தம். 1684ஆம் ஆண்டு தனது சீடனுடன் ஈடோவில் இருந்து நீண்ட பயணத்தைத் துவக்கினார் பாஷோ. ஆறு, மலை, காடு, பௌத்த மடாலயங்கள் என நீண்டு போனது இப்பயணம். தன் வாழ்வின் இறுதிவரை கவிதைகள் எழுதிக் கொண்டேயிருந்தார் பாஷோ.

மியூசியத்திற்குள் நுழைந்த போது பௌத்த கோவிலிற்குள் நுழைந்துவிட்டது போல அத்தனை அமைதி. பாஷோவின் வாழ்க்கை மற்றும் அவரது பயணங்கள் குறித்த வீடியோ காட்சி ஓடுகிறது. தலையில் ஹெட்போன் மாட்டிக் கொண்டு பார்த்து ரசிக்கிறார்கள். ஒரு மணி நேரம் ஓடக்கூடிய படமது.

பாஷோவின் கவிதைகள் மற்றும் அவரைப் பற்றிய குறிப்புகள் யாவும் ஜப்பானிய மொழியில் எழுதப்பட்டுள்ளன. ஆங்கிலத்தில் ஒரு வாசகம் கூடக் கிடையாது.

மியூசியத்தைச் சுற்றிலும் அழகான தோட்டம் ஒன்று உள்ளது, கூடவே சிறிய மீன்குளம். பின்பகுதியில் சுமிதா ஆறும் பாலமும் தென்படுகின்றது. மியூசியத்தின் உள்ளே நடந்து செல்லும் காலடிச்சப்தம் கூடக் கேட்கக்கூடாது என்பதற்காகத் துணிச்செருப்பு போல ஒன்றை அணிந்து

கொள்ளச் செய்கிறார்கள். மியூசியத்தைப் பார்வையிட்டதன் நினைவாக அட்டையில் பாஷோவின் உருவம் கொண்ட முத்திரை பதித்துத் தருகிறார்கள்.

என்னிடமிருந்த பாஷோவின் கவிதை நூலில் அந்த முத்திரையைப் பதித்துக் கொண்டேன். நுழைவாயிலில் பாஷோவின் உருவத்தைப் போன்று அட்டை மாடல் ஒன்று நிறுத்தப்பட்டிருக்கிறது. அதில் தலைப்பகுதி ஓட்டையாக உள்ளது, அதில் நமது தலையைப் பொருத்தி புகைப்படம் எடுத்துக் கொள்ள வேண்டும் என்றார்கள்.

இரண்டு நிமிடம் பாஷோவாக மாறி புகைப்படம் எடுத்துக் கொண்டபோது மகிழ்ச்சியாக இருந்தது. அதே நேரம் தலையை நுழைத்துக் கொண்டால் மட்டும் ஒருவரால் பாஷோவாகி விட முடியாது என்றும் தோன்றியது.

முதல் தளத்தில் ஹைக்கூ வகுப்புகள் நடைபெறுகின்றன. அங்கே பயிலுபவர்களில் பெரும்பகுதி இளைஞர்கள். பள்ளி மாணவர்கள். கண்ணாடி பெட்டகத்தினுள் பாஷோவின் கையெழுத்து பிரதிகளையும் அவரது பயண வரைபடங்களையும், பயன்படுத்திய பொருட்களையும் வைத்திருக்கிறார்கள். அவரது வீட்டின் மாதிரி ஒன்றையும் செய்து வைத்திருக்கிறார்கள். பாஷோவின் கையெழுத்தை பார்த்துக் கொண்டிருந்தேன். சித்திர எழுத்துகளைப் போலவே இருந்தன. ஹைக்கூ என்பதே மொழியால் வரையப்பட்ட ஓவியங்கள் தானே.

பாஷோ அவரது தோட்டத்தில் வசித்த ஒரு தவளையை மிகவும் விரும்பியிருக்கிறார். சுனாமி அடித்த போது அந்தத் தவளை காணாமல் போய்விட்டது. பாஷோ அதற்காக மிகவும் மனம் வருந்தினார், சில காலத்தின் பிறகு அத் தவளை தானே பாஷோவின் வீட்டிற்குத் திரும்பி வந்துவிட்டது. அந்த சந்தோஷத்தை ஒரு கவிதையாக எழுதியிருக்கிறார். சுனாமியில் இருந்து மீண்ட தவளையின் உருவம் அங்கே காட்சிக்கு வைக்கப்பட்டிருந்தது.

ஒரு கவிஞனை இப்படித்தான் கௌரவிக்க வேண்டும். ஆள் உயரச்சிலை வைப்பது மட்டும் கௌரவமில்லை. அவரது கவிதையின் உலகம் எதுவென அறிந்து அதைக்

காட்சிக்குவைப்பதே உண்மையான கௌரவம். பாஷோவின் கவிதைகள் எளிமையானவை. கூழாங்கற்களைப் போலக் கச்சிதமானவை. தனித்த அழகுடையவை.

பாஷோ மியூசியத்தில் மட்டுமல்லாது பல்வேறு பூங்காக்களில் பாஷோவின் கவிதைகளைக் கற்களில் அடித்துவைத்திருக்கிறார்கள். சிற்றோடை ஓடும் தண்ணீரின் அருகில் பாஷோவின் கவிதையும் இயற்கையின் வடிவமாக உருக்கொண்டுள்ளது. கவிஞனைக் கொண்டாடுவது என்றால் இப்படித்தானிருக்க வேண்டும்.

சமீபத்தில் டேவிட் சுல்மான் எழுதிய தமிழ் எ ப்பயாகிரபி என்ற தமிழ் மொழியின் இலக்கியத்தின் வரலாற்றைப் பேசும் முக்கிய நூலை வாசித்தேன். 2000 வருட தமிழ் இலக்கிய வரலாற்றை எழுதுவது எளிதானதில்லை. தனது ஆழ்ந்த வாசிப்பு மற்றும் ஆய்வின் வழியே தமிழ் இலக்கிய வரலாற்றின் மீது புது வெளிச்சம் பாய்ச்சுகிறார் சுல்மான்.

தமிழ் மொழி எவ்வாறு உருவானது என அதன் வேர் சொல் ஆய்வில் துவங்கி தமிழ் எழுத்துகள் உருவான விதம், அதன் பின்னுள்ள தொன்மங்கள், இசைத்தன்மை, வரலாற்றில் தமிழ் மொழியும் தமிழ் இனமும் உருவான விதம், சிந்து சமவெளித் தொடர்பு எனச் சரித்திரப்பூர்வமாக ஆய்வு செய்திருக்கிறார். இந்நூலின் வழியே தமிழ் மொழியின் தொன்மை குறித்தும் சிறப்பியல்புகள் குறித்தும் உலக அளவில் பெரும் கவனம் உருவாகிவருகிறது.

இலக்கண நூல்கள் உருவான விதம், அதன் பின்னுள்ள வரலாற்றுத் தகவல்கள், புராணச்செய்திகள், தொன்மங்கள், மாயக்கதைகள் அத்தனையும் ஒருசேரத் தருகிறார் என்பதால் ஆய்வுநூலை வாசிப்பது போலின்றி மேஜிகல் ரியலிச நாவல் ஒன்றைப் படிப்பது போல அத்தனை சுவாரஸ்யமாக வாசிக்கமுடிகிறது.

டேவிட் சுல்மான் ஜெருசலத்தில் ஹீபுரு பல்கலைக் கழகத்தில் இந்தியவியல் மற்றும் சமய ஒப்பீட்டுத் துறையில் பேராசிரியராகப் பணியாற்றி வருகிறார். அமெரிக்கப் பல்கலைக்கழகத்தில் ஆய்வு செய்தவர். தமிழ்க் கோயில் தொன்மங்கள், தெய்வத் திருமணங்கள் குறித்து ஆய்வு நூல்

எழுதியிருக்கிறார். தமிழ் தெலுங்கு செவ்வியல் கவிதைகளின் ஒப்பீட்டு ஆய்வினையும் மேற்கொண்டுள்ளார்.

தமிழ் வரலாறு நூலில் டேவிட் சுல்மான் திருவள்ளுவரையும் கம்பரையும் வியந்து வியந்து போற்றுகிறார். தமிழ் இலக்கியத்தின் அழியா கவிதைகளைத் தந்த இந்தப் பெரும்கவிகளும் தமிழர்கள் வாழும் நாடு தோறும் கொண்டாடப்படுகிறார்கள். விழா நடத்தப்படுகிறார்கள்.

சிலைகள் வைத்தும் விழா எடுத்தும் கம்பனைக் கொண்டாடும் நாம் அவரது நினைவிடத்தை முக்கியப் பண்பாட்டு மையமாக உருவாக்க ஏன் மறந்து போனோம்.

கவிச்சக்கரவர்த்தி கம்பனின் நினைவிடம் நாட்டரசன் கோட்டையை ஒட்டிய கருதுபட்டி என்ற ஊரிலிருக்கிறது. சென்ற ஆண்டு அதைக் காணச் சென்றிருந்தேன். இடத்தை கண்டுபிடித்துப் போவது ஒரு சவால். அதுவும் வழியில் விசாரிக்கும் பலருக்கும் கம்பர் யார் என்றே தெரியாமல் இருப்பது சாபக்கேடு. முறையாகப் பராமரிக்கப்படாத சாலைகள். நந்தவனம் போன்ற ஒரு இடத்திலுள்ளது கம்பர் திருக்கோவில். 1939ல் கம்பர் சமாதியை கண்டறிந்து அதைப் பராமரிக்க காரணமாகயிருந்தவர் காரைக்குடி கம்பன் அடிப்பொடி கணேசன்.

நாட்டரசன் கோட்டை பகுதியில் பிறக்கும் பிள்ளை-களுக்குத் தமிழ்ப்பற்று வளரட்டும் என்பதற்காக இந்தச் சமாதியில் இருந்து மண்ணெடுத்துச் சேனை வைப்பது வழக்கம் என்கிறார்கள்.

இது தான் கம்பன் சமாதியா என்பதற்கு வரலாற்றுச் சான்றுகள் இல்லை. ஆனால் கம்பன் நாட்டரசன் கோட்டையில் இறந்து போனார் என்றே கம்பர் வரலாறு கூறுகிறது.

நுழைவாயிலில் ஒரு ஆர்ச் காணப்படுகிறது. உள்ளே நடந்து சென்றால் சிறிய கோவில் போன்ற அமைப்பிலுள்ளது நினைவிடம். இதற்குக் காவலராக ஒருவர் பணியாற்றுகிறார். ஒரு வாரத்திற்கு ஒன்றிரண்டு பார்வையாளர்களே வந்து போகிறார்கள். ஆயிரம் ஆண்டுகளுக்கும் மேலான அந்த நினைவிடம் தனியார் வசம் உள்ளது. ஆண்டிற்கு ஒருமுறை இங்கே விழா நடக்கும் என்றார்கள்.

சோழநாட்டில் பிறந்த கம்பன், மன்னவனும் நீயோ வளநாடும் உனதோ எனச் சோழ மன்னனைப் பழித்துப் பாடிவிட்டு, சோழநாடு நீங்கி தனது இறுதிக் காலத்தை நாட்டரசன் கோட்டையில் கழித்தான் என்கிறது அவரது சரிதம்.

கம்பர் திருக்கோவிலுக்கு வந்து போகிற பார்வையாளர்களுக்கு விளக்கம் சொல்வதற்கோ, எளிய சந்தேகங்களைத் தீர்ப்பதற்கோ யாருமில்லை. முழுமையான தகவல்கள் அடங்கிய தகவல்பலகை கூடக் கிடையாது. கவிச் சக்கரவர்த்திக் கம்பனுக்கே இது தான் நிலைமை என்றால் நவீன கவிஞர்கள் என்ன ஆவார்கள்?

தமிழகத்தில் எவ்வளவு கவிஞர்கள் இருப்பார்கள், எண்ணிக் கணக்கிடவே முடியாது. இதுவரை எவ்வளவு கவிதைநூல் வெளியிட்டிருப்பார்கள். நிச்சயம் லட்சத்திற்கும் மேலிருக்கும். தமிழ் மொழியின் சிறப்பே கவித்துவமான மொழி என்பது தானே. இவ்வளவு கவிதையின் மேல் ஈடுபாடுள்ளவர்கள் இருந்தும் கம்பன் போன்ற மகாகவியின் நினைவிடம் ஏன் புறக்கணிக்கப்பட்டிருக்கிறது.

இங்கே கம்பராமாயணத்தைச் சித்திரங்களுடன் கூடியதாக உருவாக்கி பெரிய மணிமண்டபம் அமைக்கலாமே. ஆண்டு தோறும் தமிழகம் முழுவதுமுள்ள கவிஞர்கள் இங்கே ஒன்று கூடி பெரும் கவிதை விழா ஒன்றை நடத்தலாமே!

நவீன மலையாளத்தின் பிதாவாகக் கருதப்படும். 'துஞ்சத்து எழுத்தச்சன்' நினைவில்லமான துஞ்சன்பரம்பில் இன்றும் கல்வி தொடங்கும் நாளில் சிறுவர்களுக்கு எழுத்தறிவித்தல் விமரிசையாக நடைபெறுகிறது. இதில் மலையாள எழுத்தாளர்கள் பலரும் கலந்து கொண்டு சிறுபிள்ளைகளின் கைபிடித்து எழுத்து சொல்லித் தருகிறார்கள்.

தமிழ்நாட்டில் எழுத்தறிவித்தலுக்கு உகந்த இடம் கம்பர் நினைவகம் தானே! நாட்டரசன் கோட்டையைத் துஞ்சன் பரம்பு போல மாற்றியமைத்தால் நாமும் எழுத்தறிவித்தல் பணியைத் துவங்கலாமே!

7. உலகின் மிக உயரமான உணவகம்

உலகின் மிக உயரமான கட்டிடங்களில் ஒன்று சி.என். டவர். இது டொரன்டோவிலுள்ளது. இந்த டவரைக் காண்பதற்காக உலகம் முழுவதிலும் இருந்து சுமார் இரண்டு மில்லியன் மக்கள் ஒவ்வொரு ஆண்டும் இங்கு வருகை புரிகிறார்கள்.

கனடாவிற்குப் போயிருந்த போது அந்த டவரிலுள்ள '360' என்ற சுழலும் உணவகத்திற்குச் சென்றிருந்தேன். ஆகாசத்தில் அமர்ந்து சாப்பிடுவது புதிய அனுபவமாக இருக்கும் என்றார் அழைத்துச் சென்ற நண்பர். உணவகத்தின் நுழைவுக்கட்டணம் ஆளுக்கு மூன்றாயிரம் ரூபாய். அதன்பிறகு நீங்கள் சாப்பிடும் உணவிற்கு ஏற்ப தொகை.

நாங்கள் மூன்று பேர் சென்றிருந்தோம். ரொட்டி, பழச்சாறு, பாஸ்தா, சாலட் எனச் சாப்பிட்டோம். பில் பதிமூன்றாயிரம் ரூபாய். அந்த உணவகம் 360 டிகிரி சுற்றிச் சுழலக்கூடியது. ஆகவே நகரைச் சுற்றிப் பார்த்தபடியே சாப்பிடலாம்.

கண்ணாடியை ஒட்டிய இருக்கை கிடைப்பது கடினம் என்பதால் பதினைந்து நாட்களுக்கு முன்பாக நண்பர். இடம் ரிசர்வ் செய்திருந்தார். 150 மாடிகள் கொண்ட கட்டிடமது. கண்ணாடியால் உருவாக்கப்பட்ட லிப்ட் நம்மை மேலே அழைத்துப் போகிறது. உணவகத்தினுள் நுழைந்தால் மாயலோகம் ஒன்றுக்குள் நுழைந்துவிட்டதைப் போல இருந்தது. இனிமையான இசை. உயர்ந்த ரக இருக்கைகள்.

இந்தியாவிற்கு டைனிங் டேபிள் அறிமுகமான காலத்தில் அவ்வளவு உயரத்தில் உட்கார்ந்து கொண்டு சாப்பிடுவது கூடாது எனப் பல குடும்பங்களில் தடுத்திருக்கிறார்கள். நான் இன்றைக்கும் தரையில் அமர்ந்து சாப்பிடவே விரும்புகிறேன். அதுவும் எல்லா உணவையும் எடுத்து வைத்துக் கொண்டு வட்டமாகச் சுற்றியமர்ந்து பேசிக் கொண்டு சாப்பிடுவது தனிச் சுகம்.

அந்தக் காலத்தில் வீட்டில் டைனிங் டேபிள் போட்டுக் கொள்வதைப் பெருமையாக நினைத்தார்கள். அப்படி டைனிங் டேபிளில் சாப்பிடுகிறவர்களை மேஜைக்கார குடும்பம் என்று அழைத்தார்கள். மயிலை சீனி வேங்கடசாமி சிறந்த தமிழ் ஆய்வாளர். அவர் உணவுநூல் என்றொரு சிறிய அறிமுக நூலை எழுதியிருக்கிறார். தமிழ் டிஜிட்டல் நூலகம் என்ற இணையதளத்தில் இலவசமாகக் கிடைக்கிறது. படித்துப் பாருங்கள். தமிழர் உணவின் வகைகளை, முக்கியத்துவத்தைச் சிறப்பாக எழுதியிருக்கிறார்.

உலகின் மிக உயரமான இடத்திற்குச் சாப்பிட வந்திருக்கிறோம், உங்களுக்குப் பிடித்தமான உணவைச் சொல்லுங்கள் என்றார் நண்பர்.

மெனு கார்டில் இருந்த பெயர்கள் விநோதமாக இருந்தன. பெரிதும் இத்தாலிய உணவு வகைகள். நான் அவற்றை விரும்புகிறவனில்லை. ஆகவே அவர்களையே உணவைத் தேர்வு செய்யச்சொன்னேன். வாயில் நுழையாத உணவுப் பெயர்களைத் தேர்வு செய்தார்கள்.

உணவு வரும் வரை டொரன்டோ நகரின் இரவை வேடிக்கைப் பார்த்துக் கொண்டிருந்தேன். மனிதர்களின் சாதனை வியப்பூட்டக்கூடியது. இவ்வளவு உயரத்தில் ஒரு உணவகம் அமைத்து அதையும் 360 டிகிரி சுழலும் விதமாக உருவாக்கி அங்கே அமர்ந்து சாப்பிடலாம் என்பது எவ்வளவு ரசனையான கற்பனை. கண்ணாடி தடுப்பிற்கு வெளியே நகரம் ஒளிர்ந்து கொண்டிருந்தது.

உணவு வந்தது. என்னால் எதையும் ஒரு வாய் சாப்பிட முடியவில்லை. அந்த ருசி எனக்கு ஏற்புடையதாகயில்லை.

இட்லி, தோசை சாப்பிடுகிற ஆசாமிகளுக்கு இது பிடிக்காது என்றார் நண்பரின் மனைவி.

அவர் சொன்னது உண்மை. ஒன்றிரண்டு வருஷமில்லை. ஆயிரம் ஆண்டுகளுக்கும் மேலாகத் தமிழர்கள் இட்லி சாப்பிட்டுப் பழகியிருக்கிறார்கள். பிறகு அதிலிருந்து எப்படி விடுபட முடியும். எதற்காக விடுபட வேண்டும்.

நான் மேஜையில் வைக்கப்பட்ட உணவிலிருந்த பச்சை காய்கறிகளைக் கொறித்தேன். நண்பர் உற்சாகமாக சாப்பிட்டார். எப்படியிருக்கிறது இந்த அனுபவம் என்று கேட்டார்?

உயரமான இடத்தில் உயர்வான உணவு கிடைக்கவில்லை என்றேன். அவர் சிரித்தார். அவரிடம் சொன்னேன் நல்ல உணவை ருசிக்கச் சமூகத்தின் மேல்தட்டிற்குப் போகக் கூடாது. கீழே கீழே என அடித்தட்டை நோக்கிப் போக வேண்டும். நான் சாப்பிட்ட மிகச்சிறந்த உணவு எளிய குடிசை வீட்டில் தயாரிக்கப்பட்டதே.

புதிய உணவின் ருசியை அனுபவிக்க வேண்டாமா? எனக்கேட்டார்.

அனுபவிக்கலாம். ஆனால் வயிறு அவற்றை ஏற்றுக் கொள்வதில்லை. அது முரண்டுபிடிக்கக் கூடியது என்றேன்.

பின் எப்படி இவ்வளவு ஊர்கள் பயணம் செய்கிறீர்கள் எனக்கேட்டார் நண்பர்.

பழங்களும், ரொட்டியும், காபியும், சான்ட்விச்சும் போதுமானது. சாப்பாட்டிற்கு ஏங்கினால் பயணிக்க முடியாது என்றேன்

அவர்கள் இத்தாலிய உணவு வகைகளை ரசித்துச் சாப்பிட்டார்கள். ஒரு இத்தாலிக்காரனுக்கு நம் அடை அவியலும், பொங்கல் வடையும் பிடிக்குமா என்ன? அவரவர் ருசி அவர்களுக்கு.

இந்தியாவிற்குள் வடகிழக்கு மாநிலங்களைத் தவிர வேறு இடங்களில் உணவு பிடித்தமானதாகவே இருக்கிறது. அதுவும் வட இந்தியர்களைப் போல ரொட்டி தயாரிக்க முடியாது. உருளைகிழங்கு அவர்களின் விருப்ப உணவு. பைபிளில் உருளைகிழங்கு என்ற சொல்லே

கிடையாதாம். ஆகவே அதைப் பலகாலம் விலக்கி வைத்திருந்திருக்கிறார்கள். கைதிகளுக்கும் குதிரைகளுக்கும் உணவாகத் தந்திருக்கிறார்கள். இன்று இந்தியாவின் முக்கிய உணவுப்பொருள் உருளைகிழங்கு.

ஒருமுறை ராஜஸ்தானில் கும்பல்கர் கோட்டையைக் காண பயணம் செய்து கொண்டிருந்த போது மதிய உணவிற்குச் சின்னஞ்சிறிய தாபா ஒன்றில் காரை நிறுத்திச் சாப்பிட்டோம். உணவு தயாரித்துக் கொண்டு வர முக்கால் மணி நேரம் ஆகியது. ஆனால் அற்புதம். அவ்வளவு ருசியான பன்னீரை என் வாழ்நாளில் சாப்பிட்டதில்லை. அது போலவே சுவையான லஸ்ஸி. சாப்பாட்டை முடித்தவுடன் அப்படியே படுத்துக் கிடக்கலாம் போன்றே இருந்தது. நாலு மணி வரை அந்தத் தாபாவில் இருந்தோம். நல்ல உணவு உடலுக்கும் மனதிற்கும் சந்தோஷம் அளிக்கக் கூடியது.

குவாலியரின் ஜெய்விலாஸ் அரண்மனையில் உணவு மேஜையில் வெள்ளி ரயில் ஒன்றைக் காட்சிக்கு வைத்திருக்கிறார்கள். இந்த அரண்மனை மிகப்பெரியது. அங்கே 300க்கும் மேற்பட்ட அறைகள் உள்ளன. பார்வையாளர்கள் அதில் சிலவற்றைக் காண மட்டுமே அனுமதிக்கப்படுகிறார்கள்.

அரண்மனையிலுள்ள விருந்து மேஜையில் ஒரு குட்டி ரயில் தண்டவாளம் அமைக்கப்பட்டுள்ளது. அதிலொரு குட்டி ரயில் காணப்படுகிறது. வெள்ளியால் ஆன இந்தச் சிறிய ரயிலில் மொத்தம் 7 பெட்டிகள். அதில் SCINDIA என மன்னர் பெயர் எழுதப்பட்டிருக்கிறது.

உணவு மேஜையில் அமர்ந்திருக்கும் விருந்தினர்கள் ரயிலில் இருக்கும் மதுபானங்களையோ, ஐஸ்கட்டிகளையோ, உணவு வகைகளையோ எடுக்க விரும்பினால் ரயில் அவர்கள் முன்நிற்கும் போது எடுத்துக் கொள்ளலாம். மொத்த ரயிலும் வெள்ளியில் உருவாக்கப்பட்டிருக்கிறது. உணவு மேஜையில் ரயில் விடுகிறார்கள் என்றால் எவ்வளவு பெரியதாக இருக்கும். எத்தனை விதமான உணவு வகைகள் தயாரிக்கப்பட்டிருக்கும் என்று பார்த்துக் கொள்ளுங்கள்.

சி.என். டவரில் சாப்பிடுவது என்பது மகிழ்ச்சியான தருணம் அவ்வளவே. அந்த டவரில் ஒரு இடத்திற்கு அழைத்துச் சென்று கதவை திறந்து காட்டுகிறார்கள். காற்று ஊ ஊவெனப் பேய் வேகத்தில் அடித்து நம்மை இழுப்பது போன்றிருக்கிறது. கண்ணாடி தடுப்புக் காரணமாக உணவகத்தினுள் அதை உணரவே முடியவில்லை.

நண்பரின் வீட்டிற்குக் காரில் திரும்பும் போது உங்கள் அனுபவத்தில் எந்த உணவு மிகக் கொடுமையானது, எனக்கேட்டார் நண்பர்.

இந்திய ரயில்களில் தரப்படும் உணவு. அதை ஒருமனிதன் ஒரு மாத காலம் சாப்பிட்டுவிட்டால் பிறகு அவனால் கல் மண் எதையும் ருசித்துச் சாப்பிட முடியும். இத்தனை ஆயிரம் பேர் போய்வருகிற ரயிலில் ஒருமுறை கூட நல்ல உணவு கிடைத்ததேயில்லை. நான்கு ரயில்வே மண்டலங்களிலும் இதே கொடுமை தான். முன்பு ரயில்வே ஸ்டேஷன் கேண்டினில் உணவு நன்றாக இருக்கும். சமீபமாக அதுவும் மிக மோசமாகவிட்டது என்றேன்

இதை ஏன் சகித்துக் கொண்டு இருக்கிறீர்கள், எனக் கேட்டார் நண்பர்.

வீட்டுச்சாப்பாடு எவ்வளவு நன்றாக இருக்கிறது என்பதைப் புரிய வைப்பதற்குத் தான் ரயில்வே முயற்சிக்கிறது. நல்லவேளை ஒரு நாள் இரண்டு நாளுக்கு மேல் யாரும் ரயிலில் பயணிப்பதில்லை என்றேன். ஐரோப்பாவிலுள்ள ரயில்களில் பயணம் செய்து பாருங்கள், மிகச் சுவையான உணவு கிடைக்கும் என்றார் நண்பர்.

பயணத்தின் போது பலரும் சந்திக்கும் பிரச்சனை உணவே. நல்ல உணவு தேடி அலைந்து ஏமாற்றமாகி இனி பயணமே வேண்டாம் என வீட்டோடு முடங்கிவிடுகிறார்கள். தரமற்ற உணவகங்கள் பெருகிவிட்டன. உணவின் பெயரால் எதையும் விற்றுக்காசாக்கிவிடுகிறார்கள். குடும்பத்துடன் பயணம் செய்கிறவர்கள் இதனால் தான் அதிகம் பாதிக்கப்படுகிறார்கள். அதுவும் கோடை விடுமுறை நாட்களில் ஊட்டி, கொடைக்கானல் போன்ற ஊர்களுக்குப் போவதாக இருந்தால் நீங்கள் விரும்பி ஏமாறப்போகிறீர்கள் என்பதே உண்மை.

பயணம் என்பது சாப்பிடுவதற்காக மட்டுமே மேற்கொள்ளப்படுகின்ற சஞ்சாரமில்லை. அதே நேரம் உங்களுக்கு விதவிதமான சுவையும் ருசியும் பிடிக்கும் என்றால் பயணத்தில் நிறையப் புதுவகை உணவுகளை ருசிக்கலாம். பறவையைப் போலத் தன் பசிக்கு மட்டும் உணவு தேடுங்கள். நிச்சயம் நிறையத் தூரம் பறந்து போகலாம்.

8
அரண்மனையின் உள்ளே

பயணம் என்பது இயற்கை எழில் மிக்க இடங்களுக்கோ, சரித்திரப் புகழ்மிக்க இடங்களுக்கோ போவது மட்டுமில்லை. பழைய நண்பர்களைத் தேடிக் காணப்போவதும், படித்த பள்ளியை, கல்லூரியை, பிறந்த மருத்துவமனையை, சொந்த ஊரைத் தேடிக் காண்பது ஒருவகைப் பயணமே.

பள்ளி நாட்களில் டூர் அழைத்துக் கொண்டு போவார்கள். இதற்கான அறிவிப்பு வந்த நாளில் இருந்து மாணவர்கள் வீட்டில் காசு கேட்க ஆரம்பிப்பார்கள். வகுப்பில் நாற்பது பேர் இருந்தால் அதில் பாதிப் பேர் வீட்டில் பணம் தரமாட்டார்கள். எதற்காக ஊர் சுற்ற வேண்டும் என்று மறுத்துவிடுவார்கள். சில மாணவர்கள் இதற்காகவே உண்டியலில் காசு சேர்த்து வைப்பதும் உண்டு.

ஆறாம் வகுப்பு படிக்கும் போது ஒரு முறை பள்ளி மாணவர்கள் அனைவரும் மைசூருக்குச் சுற்றுலா போயிருந்தோம். தனியாக ஒரு பஸ் பிடித்துப் பயணம் மேற்கொண்டோம்.

ஆறாம் வகுப்பு ஆசிரியர் இதைப்பற்றி அறிவித்த நாளில் இருந்து யார் யார் பணம் கட்டியிருக்கிறார்கள், யார் பணம் கட்டவில்லை என்பதே அன்றாடப் பேச்சாக இருந்தது. வகுப்பில் படித்த மாணவிகளில் ஒன்றிரண்டு பேரைத் தவிர மற்ற யாரும் வரவில்லை. மாணவர்களில் பனிரெண்டு பேர் மட்டுமே பணம் கட்டியிருந்தார்கள். இரண்டு பேர் ஐந்து ரூபாய் மட்டுமே கொடுத்திருந்தார்கள். மீதி பணம் பயணம் கிளம்புவதற்குள் கட்டிவிடுவதாகச் சொல்லியிருந்தார்கள்.

ஒவ்வொரு நாள் பள்ளிக்கு போகையிலும் இன்னும் டூர் போக எத்தனை நாட்கள் இருக்கிறது என எண்ணிக்

கொண்டேயிருப்பேன். மைசூர் எந்தப் பக்கம் உள்ளது. அங்கே என்ன இருக்கிறது எதுவும் அப்போது தெரியாது. ஜாலியாக டூர் போகிறோம். அந்த சந்தோஷம் மட்டுமே மனதிலிருந்தது.

இரண்டு நாள் சுற்றுலா. பஸ்ஸில் ஜன்னல் இருக்கையை எப்படியாவது பிடித்து உட்கார்ந்துவிட வேண்டும் என்று திட்டம் போட்டுக் கொண்டோம். பள்ளிக்கு இரவு ஒன்பது மணிக்கு தான் பஸ் வந்து சேரும் என்றார்கள்.

ஏழு மணிக்கெல்லாம் பயணப்பையுடன் பள்ளிக்கூடம் வந்து சேர்ந்துவிட்டோம். இரவு ஒன்பது மணிக்கு வர வேண்டிய பஸ் பத்தரைக்குத் தான் வந்தது. உறக்கத்துடன் ஏறி அமர்ந்த போது ஜெயபால் என்ற பையனை இழுத்துக் கொண்டு அவனது அப்பா வீதியில் வந்து கொண்டிருந்தார். அப்போது தான் அவரால் பணத்தைத் தயார் செய்ய முடிந்திருக்கிறது.

பஸ் முன்பாக வந்து நின்று காசை நீட்டி அவனையும் டூர் கூட்டிப் போங்கள் என்றார்.

பணம் கட்டினாலும் ஹெட்மாஸ்டர் கையெழுத்து இல்லாமல் புதிதாகப் பசங்களை ஏற்றமுடியாது என்று செல்லையா சார் கண்டிப்புடன் மறுத்தார்.

ஜெயபால் ஏக்கத்துடன் எங்களைப் பார்த்துக் கொண் டிருந்தான். அதான் பணம் கட்டுறேன்ல சார் எனப் பையனின் அப்பா சண்டையிட்டுக் கொண்டிருந்தார்.

இப்போ பணம் கட்டினா ஒண்ணும் செய்ய முடியாது. சீட்டு புல் ஆகிருச்சி என ஆசிரியர் மறுத்து அவனை ஏற்றிக் கொள்ளவில்லை.

இருட்டில் நின்றபடியே ஜெயபால் சத்தமாக அழுதான். செல்லையா சார் அவனை ஏற்றிக் கொள்ள முடியாது என மறுத்துவிட்டார். எங்கள் பஸ் கிளம்பிய போது ஜெயபால் பஸ் பின்னாடியே ஓடி வந்து கத்தினான். நிச்சயம் அவன் இரவெல்லாம் அழுது கொண்டிருக்கக் கூடும்.

நாங்கள் மைசூர் வந்து சேர்ந்த போது காலை ஒன்பதரை மணியாகியிருந்தது. வழியில் ஸ்ரீரங்கபட்டினம் பார்த்துவிட்டு வந்தோம். அங்கே தான் குளியல், காலை

உணவு எல்லாமும். மைசூர் அரண்மனையின் முன்பாகப் பஸ் போய் நின்று நாங்கள் இறங்கும் போது சண்முகத்தை அழைத்துக் கொண்டு வந்திருக்கலாமே என்று தோன்றியது.

பிரம்மாண்டமான அரண்மனையை முதன்முதலாகப் பார்த்தேன். சினிமாவில் இது போன்ற மாளிகைகளைப் பார்த்திருக்கிறேன். நேரில் பார்க்கும் போது வியப்பாக இருந்தது. எத்தனை ஜன்னல்கள் என்று எண்ணிக் கொண்டிருந்தேன். ஒருவர் கையை மற்றவர் பிடித்துக் கொண்டு வரிசையாக அரண்மனையின் உள்ளே நடந்தோம். எத்தனை அறைகள்! தங்கமும் வெள்ளியுமாக எவ்வளவு வேலைப்பாடுகள்!

என்னோடு வந்த செல்வம் கேட்டான், இவ்வளவு பெரிய வீட்டை எப்படிக் கூட்டுவாங்க. தினம் ஒரு வெளக்குமாறு தேய்ஞ்சிரும்லே!

கலை அழகோ, ஓவியங்களோ, அலங்கார விளக்குகளோ அவனைக் கவரவில்லை. அவனது யோசனை எத்தனை பேர் இந்த அரண்மனையில் வீடு கூட்டுவார்கள் என்பதே.

ராஜசிம்மாசனத்தைப் பார்த்த போது மேடை நாடகமே நினைவிற்கு வந்தது. அரண்மனைக்கு உள்ளே ராஜா இருப்பாரா என ஆசிரியரிடம் கேட்டான் மணி.

மன்னர் குடும்பம் அரண்மனையின் ஒரு பகுதியில் வாழ்வதாகச் சொன்னார் ஆசிரியர். அரண்மனையை வேடிக்கை பார்ப்பதை விடவும் அதன் வெளியே விற்கும் விளையாட்டுப் பொருட்களை எப்போது வாங்குவோம் என்பதிலே துடிப்பாக இருந்தோம்.

கறுப்புக் கண்ணாடி விற்கும் ஆள் கன்னடத்தில் ஏதோ சொல்லிக் கொண்டிருந்தான். ஆசிரியரே மாணவர்களிடம் காசு வாங்கி அவர்களுக்கான பொருளை வாங்கிக் கொடுத்தார். அங்கிருந்து சாமுண்டி மலை. பின்பு பிருந்தாவனம் எனச் சுற்றியடித்துவிட்டு மறுநாள் அப்படியே ஊட்டி பயணம். குளிரில் நடுங்கியபடியே ஊட்டி பூங்காவில் சுற்றியலைந்தோம்.

காணும் இடமெல்லாம் வியப்பூட்டுவதாகயிருந்தது. குளிரில் நடுங்கியபடியே மலைரயிலில் சென்றோம்.

பயணத்தின் நினைவாக ஊட்டியில் ஒரு குழு புகைப்படம் எடுத்துக் கொண்டோம். வீடு திரும்பிய மறுநாள் சுற்றுலா வராத பையன்களிடம் கதை கதையாகச் சொல்லிக் கொண்டிருந்தோம். ஒரே வருத்தம் ஜெயபால் பள்ளிக்கூடத்திற்கு வரவில்லை, அவனது அப்பா படித்தது போதும் என நிறுத்திவிட்டார்.

சில நாட்களுக்குப் பின்பு பள்ளிவிட்டு மாலை நேரம் நாங்கள் மைதானத்தில் கதை பேசிக் கொண்டிருக்கும் போது ஜெயபால் சைக்கிளில் போய்க் கொண்டிருந்தான். நாங்கள் எவ்வளவு கூப்பிட்டாலும் திரும்பிப் பார்க்கவேயில்லை.

படிப்பை பாதியில் விட்ட அவன் சாயப்பட்டறை ஒன்றுக்கு வேலைக்குப் போய் வரத்துவங்கினான். பின்பு அவன் பள்ளிக்கூடம் பக்கம் திரும்பிப் பார்க்கவேயில்லை.

அதன்பிறகு வெவ்வேறு வயதுகளில் வெவ்வேறு ஆட்களுடன் மைசூருக்குப் போயிருக்கிறேன். ஒரு சமயம் திரைப்படப் படப்பிடிப்புக் காரணமாக மைசூரிலே ஒரு மாத காலம் தங்கியிருந்தேன். அப்போது அரண்மனையைக் கடந்து போகையில் ஸ்கூல் பஸ் நிற்பதை கண்டால் மனது தானே கடந்த காலத்திற்குள் நுழைந்துவிடும்.

இந்தக் கோடை விடுமுறையில் குடும்பத்துடன் மைசூர் சென்றிருந்தேன். திருவிழாக் கூட்டம் போல மக்கள் திரள். அரண்மனைக்குள் நடந்து செல்லும் போது மனதில் சலனமேயில்லை. அங்குள்ள எந்தப் பொருளும், அலங்காரமும் மனதைக் கவரவில்லை. என் முன்பாக நடந்து கொண்டிருந்தவர்கள் விதவிதமாகப் புகைப்படம் எடுத்துக் கொண்டார்கள். ஒரு பெண் தூண் அருகே நின்று செல்பி எடுத்துக் கொண்டாள்.

ஏதேதோ நாடுகளில் எத்தனையோ பெரிய அரண்மனைகளைப் பார்த்துவிட்டிருக்கிறேன். அது தான் இந்த விடுபட்ட மனநிலைக்குக் காரணமாக இருக்கும் என யோசித்தபடியே நடந்தேன். திடீரென மனதில் புதைந்து போன ஜெயபால் நினைவில் வரத்துவங்கினான். அரண்மனையில் படிகளில் இறங்கிக் கொண்டிருந்த போது இருட்டில் நின்றபடியே ஜெயபால் அழுத காட்சி நினைவில் வந்தது.

அவனை டூர் அழைத்துக் கொண்டு வந்திருந்தால் மிகுந்த சந்தோஷப்பட்டிருப்பான். அத்தோடு தொடர்ந்து

பள்ளியில் படிக்கவும் செய்திருப்பான். ஏன் ஆசிரியர் இத்தனை பிடிவாதமாக இருந்தார். ஜெயபால் வீட்டின் கஷ்டம் தானே அவனைக் கடைசி நிமிடம் வரை பணம் கட்டமுடியாமல் செய்திருந்தது. அது ஆசிரியருக்குப் புரியாமலா போயிருக்கும்.

இப்போது ஜெயபால் என்ன ஆகியிருப்பான். வாழ்க்கை ஒவ்வொருவரையும் ஒரு திசையில் அடித்துக் கொண்டு போய்விட்டது.

ஜெயபால் திரும்ப மைசூருக்கு போயிருப்பானா? தன் மனைவி பிள்ளைகளை அழைத்துக் கொண்டு போயிருந்தால் அப்போது அவன் மனது எவ்வளவு கஷ்டப்பட்டிருக்கும். மைசூர் என்பது அவனுக்கு வெறும் ஊரின் பெயரில்லையே.

நினைக்க நினைக்க அரண்மனையை விட ஜெயபால் பெரியதாக மாறத் துவங்கினான். பிருந்தாவனமும் சாமுண்டி மலையும் மைசூர் நகரமும் சின்னஞ்சிறியதாகவிட்டது போலத் தோன்றியது. நிச்சயம் ஊர் மாறியிருக்காது. ஆனால் மனது பால்யவயதில் எல்லாவற்றையும் பிரம்மாண்டமாகத் தோன்றச் செய்தது. இந்த ஐம்பது வயதில் உலகின் எல்லா ஆச்சரியங்களும் சிறிய விஷயமாக மாறிவிட்டிருக்கின்றன. வயது நம் பயண அனுபவத்தை மாற்றிவிடுகிறது என்பதே நிஜம்.

ஹனிமூனுக்கு நீங்கள் சென்ற ஊட்டி வேறு. மனைவி பிள்ளைகளுடன் முதுமையில் செல்கிற ஊட்டி வேறு. இரண்டு பயணத்திற்கு இடையில் எவ்வளவு மாறுபட்ட அனுபவம். காலம் மனிதர்களைப் பார்த்து நகைக்கிறது.

ஆண் செல்லும் பயணம் வேறு. பெண் செல்லும் பயணம் வேறு. சபா நக்வி ஆங்கிலத்தில் எழுதும் பெண் பத்திரிக்கையாளர். இவர் எழுதிய பயண நூல் வாழும் நல்லிணக்கம் என்ற பெயரில் தமிழில் வெளியாகியுள்ளது. அதை வாசித்துப் பாருங்கள். மறக்கமுடியாத அனுபவங்களின் தொகுப்பாகவுள்ளது.

வயது தான் பயணத்தின் வழிகாட்டி. இளமையும் உடலில் வலுவும் உள்ள போதே நிறையப் பயணம் மேற்கொள்ளுங்கள். பின்பு நீங்கள் விரும்பினாலும் உடல் அதற்கு அனுமதிக்காது.

9
ரயில் நிலையங்களின் தோழமை

எனது பயணத்தில் விதவிதமான ரயில் நிலையங்களைப் பார்த்திருக்கிறேன். ரயில் நிலையம் என்பது தனியொரு உலகம். அதனுள் எத்தனை விதமான மனிதர்கள். நாம் யாரும் பார்த்திராத ஸ்டேஷன் மாஸ்டர் துவங்கி பிளாட்பார பெஞ்சில் உறங்கிக் கொண்டிருக்கும் பிச்சைக்காரன் வரை வியப்பூட்டும் மனிதர்களின் வாழ்க்கை அதனுள் அடங்கியிருக்கிறது. அதிலும் ரயில் வராத நேரங்களில் ரயில்வே ஸ்டேஷனின் உருக்கொள்ளும் தனிமை அலாதியானது.

சின்னஞ்சிறு ரயில் நிலையங்களில் நாளுக்கு ஒரு முறையோ இருமுறையோ தான் ரயில் நிற்கும். மற்ற நேரத்தில் தூங்குமூஞ்சி மரங்களும், சிமெண்ட் பெஞ்சுகளும், தண்ணீர் சொட்டும் குழாயும், மகிழ மரங்களுமென தனிமை தன் சிறகை அகல விரித்திருக்கும். வெயில் மட்டுமே நடமாடி மகிழும்.

ரயில்வே ஸ்டேஷனில் நிறைய பகல்பொழுதுகளை கழித்திருக்கிறேன். அதுவும் வடஇந்திய ரயில் நிலையங்களில் அடுத்த ரயில் மாறுவதற்காக காத்திருந்த பொழுதுகள் மறக்க முடியாதவை. சில நேரம் ரயில் வரத் தாமதமாகி எட்டு மணி நேரம் முதல் பதினாலு மணி நேரம் வரை காத்திருக்க வேண்டியதாக இருந்திருக்கிறது. அது போன்றச் சூழலில் ரயில்வே ஸ்டேஷன் கேண்டினில் சாப்பிட்டு பிளாட்பாரத்தில் அங்குமிங்கும் அலைந்து திரிந்து ஸ்டேஷனை ஒட்டிய மரத்தில் நிற்கும் குரங்குகளை வேடிக்கை பார்த்தபடியே இருப்பேன். தண்டவாளத்தை எண்ணுவேன். தூரத்து மேகத்தைப் பார்த்துக் கொண்டிருப்பேன். விட்டுவிட்டு சப்தமிடும் பறவையின் குரலை ரசிப்பேன்.

வாழ்க்கை விநோதமானது. சிலருக்கு ரயில்வே ஸ்டேஷன் தான் வீடு. அதை ஒட்டிய காலியிடத்தில் தங்கிக் கொண்டு பிளாட்பாரத்தில் நாளை கழிப்பவர்களை கண்டிருக்கிறேன்.

சிறிய ரயில் நிலையங்கள் அழகானவை. அவற்றுக்கென தனி வாசமும், நிறமும், இயல்புமிருக்கின்றன. ரயில் நிலையத்தில் கிடைக்கும் டீக்கென்றே தனி ருசியிருக்கிறது. ரயில்வே ஸ்டேஷனை ஒட்டிய ரயில்வே காலனியில் குடியிருப்பவர்கள் நாளெல்லாம் ரயிலைப் பார்த்தபடி அதன் ஓசையைக் கேட்டபடியே இருக்கிறார்கள். அவர்களுக்கு ரயிலைப் பிடிக்காது. கிராமத்து சிறுவர்களுக்கோ தூரத்தில் ரயில் போனால் கூட கைகாட்டி சிரிப்பது பிடித்தமானது. இனத்தால், மொழியால் பிரித்து வைக்கப்பட்ட நம்மை ரயில் இணைத்துவிடுகிறது.

பாசஞ்சர் ரயிலில் புத்தகம் படிப்பது தனியொரு அனுபவம். என் கல்லூரி நாட்களில் புத்தகம் படிப்பதற்கென்றே செங்கோட்டை பாசஞ்சரில் ஏறிச் சென்று வருவேன். ஐந்து மணி நேரம் எந்தத் தொல்லையும் இல்லாமல் சுதந்திரமாக படித்துக் கொண்டு வரலாம். இடையில் தேநீர் விற்பவர் வருவார். சூடான தேநீர் குடிக்கலாம். கண்சோர்வு அடையும் நேரம் வெளியே ஓடும் காட்சிகளைப் பார்த்துக் கொண்டு வரலாம். படிப்பதற்கு இது போல பல இடங்களையும் வழிகளையும் கண்டுபிடித்திருந்தேன்.

இருபது ஆண்டுகளுக்கு முன்பு ஒருமுறை கல்கத்தா ரயில் நிலையத்தில் ஒன்பது மணி நேரம் காத்திருக்க வேண்டியதாகியது. மழைக்காலமது. புயல் எச்சரிக்கை காரணமாக ரயில்கள் நிறைய ரத்தாகியிருந்தன. நான் பதிவு செய்திருந்த ரயில் புறப்படுமா இல்லையா என்றே தெரியவில்லை. கொட்டும் மழைக்குள் ரயில் நிலையத்திற்குள் ஒடுங்கியிருந்தேன். வெளியே பேரோசையுடன் இடி மின்னல்வெட்டு. மழை கொட்டித்தீர்க்கிறது. ரயில் கிளம்பிவிட்டால் போதும் எப்படியாவது இங்கிருந்து வெளியேறிவிடலாம் என நினைத்துக் கொண்டிருந்தேன். ஆனால் ரயில் பற்றி அறிவிப்பேயில்லை.

ரயில் நிலையம் பகலிலும் இருண்டு போயிருந்தது. மழையின் சீற்றத்துக்கு பயந்து ஆட்கள் நெருக்கிக்

கொண்டு நின்றிருந்தார்கள். மழையின் வேகம் அதிகமாகிக் கொண்டேயிருந்தது. பேசாமல் லாட்ஜிற்கு திரும்பி சென்று இன்னொரு நாள் தங்கிவிட்டு மழைவிட்டதும் கிளம்பலாமா என்று கூட யோசனையாக இருந்தது. ஆனால் ரயில் நிலையத்தை விட்டு வெளியே வந்து டாக்சி பிடித்து லாட்ஜிற்கு போவது இன்னும் சிரமம். ஆகவே ரயில் நிலையத்திற்குள் நின்றபடியே மழையை வெறித்துப் பார்த்துக் கொண்டிருந்தேன். வரிசையாக ரயில்கள் ரத்துசெய்யப்பட்டுக் கொண்டேயிருந்தன.

வேறு எங்காவது மாறி பயணம் செய்வது என்றாலும் இயலாத நிலை. என்ன செய்வது என அறியாமல் ரயில் நிலையத்திலே இருந்தேன். மழை. சீறும் மழை. இரும்பை தின்னும் மழை. நேரம் போக மறுத்தது. வெறுமையின் உச்சம். ஒரு வழியாக இரவு ஏழு நாற்பதிற்கு ரயில் கிளம்பும் என அறிவித்தார்கள். அப்போது மணி இரண்டு. இன்னும் ஐந்து மணி நேரம் காத்திருக்க வேண்டும். மழை விடுவதாகயில்லை. பயந்த முகங்கள். நிற்கும் ரயில் மீது பெய்யும் மழை. பிளாட்பாரம் எங்கும் மழைத்தண்ணீர்.

மனிதன் பயப்பட வேண்டிய ஒரே ஆயுதம் தண்ணீர் தான். அதன் வலிமைக்கு நிகரேயில்லை. பகல் மறைந்து இரவாகியது. மின்சாரம் துண்டிக்கப்பட்டுவிட்டது. இருட்டு. மழையோடு சேர்ந்து ஒழுகும் இருட்டு. அவசர விளக்குகள் ஒன்றிரண்டு ஒளிர்ந்தன. மற்றபடி ரயில் நிலைய பிளாட்பாரம் தெரியாத இருட்டு. அறிவிப்பு ஒலிபெருக்கி வேலை செய்யவில்லை. ஒரு வேளை ரயில் ரத்தாகிவிடுமா என்ற பயம் கூடவே இருந்து கொண்டிருந்தது. ஒருவழியாக மழை குறைய ஆரம்பித்தது. மழை சத்தம் கேட்டு கேட்டு நடுங்கிக் கொண்டிருந்த காதுகள் மெல்ல அமைதி கொண்டன. மின்சாரம் திரும்பியது. பிளாட்பாரத்தின் மஞ்சள் வெளிச்சம் பாதுகாப்பு உணர்வை உருவாக்கியது.

நான் செல்லவேண்டிய ரயில் பிளாட்பாரத்திற்கு வந்து சேர்ந்தது. அதைப் பார்த்த மாத்திரம் ஓடிப் போய் ஏறி இருக்கையில் அமர்ந்து கொண்டேன். நனைந்த மனிதர்கள். ஈர உடைகள். ஈரமான சுமைகள். ரயில் கிளம்புவதற்கான ஆயத்தமேயில்லை. ரயில் கிளம்பாவிட்டாலும் பரவாயில்லை. இதற்குள்ளே தானிருப்பேன் என முடிவோடு பெர்த்தில்

ஏறி படுத்துக் கொண்டேன். ஒருவழியாக ரயில் பத்தரை மணிக்கு கிளம்பியது. ரயில் புறப்பட துவங்கியதும் மனது ஆறுதல் கொண்டது. பசியை படுத்துகிடந்தது அப்போது தான் நினைவிற்கு வந்தது.

ரயில் கிளம்பி இருளுக்குள் ஊர்ந்து போனது. அடுத்த அரைமணி நேரத்தில் மீண்டும் மழை. கதவு ஜன்னல்கள் எல்லாவற்றையும் மூடி வைத்துவிட்டோம். மழையின் கைகள் ஜன்னலைத் தட்டி ஓய்ந்தன. ரயில்பெட்டி ஒழுகியது. காலையில் இருந்ததை விடவும் அதிகமான மழை. ஒடிசாவில் புயல் அடித்துக் கொண்டிருக்கிறது என்றார்கள். மழைக்குள் ரயில் மெதுவாகவே சென்றது. இரும்பு கதவை, ஜன்னலைத் தாண்டி மழை பெட்டிக்குள் எட்டிப்பார்த்தது. மூடப்படாத ஜன்னல் வழியாக மழை பெட்டியினுள் சீறி விழுந்தது. ரயில் கவிழ்ந்துவிடுமா, இல்லை பாதியில் நின்றுவிடுமா என்ற பயம். பிரார்த்தனையும் வேண்டுதலுமாக பயணிகள் ஒடுங்கிக் கொண்டிருந்தார்கள்.

இரவு முழுவதும் மழை கொட்டித் தீர்த்தது. கீழே காலை வைக்கமுடியாதபடி ரயில்பெட்டியினுள் தண்ணீர். இரவு ஒருவரும் உறங்கவேயில்லை. விடிகாலையில் என்னை அறியாமல் உறங்கியிருந்தேன். கண்விழித்து பார்த்தபோது ஒளிரும் சூரியன். மழை நின்று போன தூயவானம். வெம்மையான பகல். திறந்திருந்த கதவின் அருகில் போய் நின்றபடியே சூரியனை பார்த்துக் கொண்டிருந்தேன். அதன் ஒளிக்கதிர்கள் என் மேல் பட்டபோது சந்தோஷமாக இருந்தது. கைகளைக் கூப்பி சூரியனை வணங்கினேன். என்னை அறியாமல் கண் கலங்கியது.

எவ்வளவு நேரம் அந்த சூரிய வெளிச்சத்தில் நின்றிருந்தேன் என்றே நினைப்பில்லை. ஒரு சின்னஞ் சிறு ரயில் நிலையத்தில் கிராசிங்கிற்காக ரயில் நின்றது. அந்த ரயில் நிலையத்தில் மக்காச்சோளம் விற்றுக் கொண்டிருந்தார்கள். அந்த மக்காச்சோளத்தில் ஒன்றை வாங்கித் தின்றேன். உலகில் கிடைக்காத பொருள் ஒன்றை சாப்பிடுவது போன்ற சந்தோஷத்தைத் தந்தது.

ரயில் கிளம்பிய பிறகு மெல்ல பயணிகள் ஒருவருக்கொருவர் பேசிக் கொள்ள ஆரம்பித்தார்கள். அதன்பிறகு மழையில்லை. வெயிலில் ரயில் போய்க் கொண்டிருந்தது. பகலின் அகன்ற வெளிச்சத்தினை பார்த்தபடியே வந்தேன். ஆனால் மனதில் ரயில் நிலைய இருட்டும் மழையும் தந்த பயம் கலையாமல் இருந்தது.

இயற்கையின் கருணையால் தான் வாழ்ந்து கொண்டிருக்கிறோம். இயற்கை சீற்றம் கொண்டால் அது பேரழிவை உண்டாக்கிவிடும் என்பதை அன்று முழுமையாக உணர்ந்து கொண்டேன். பயணம் சந்தோஷத்தை மட்டுமில்லை. இது போன்ற நெருக்கடிகளை, இடர்களை உருவாக்கி அதன் வழியாக வாழ்க்கையைப் புரிந்து கொள்ள வைக்கும்.

எட் ஹான்லி என்பவர் இந்தியாவில் மிக நீண்ட தூர ரயிலான திப்ருகர் கன்னியாகுமரி எக்ஸ்பிரஸில் பயணம் செய்து தனது அனுபவங்களை 'The Longest Train In India' என்ற நூலாக எழுதியிருக்கிறார். இந்த ரயில் அஸ்ஸாமில் துவங்கி கன்னியாகுமரி வரை செல்கிறது. அதாவது 4,273 கிலோ மீட்டர் தூரம். மூன்று பகல் நான்கு இரவு பயணம்.

இந்த பயணத்தின் ஊடாக இந்தியாவின் குறுக்கு வெட்டினை அறிந்து கொள்ள முடியும். 21 பெட்டிகள் கொண்ட ரயிலில் 1800 பேர் பயணம் செய்கிறார்கள். இந்தியாவின் நீண்ட தூர ரயிலைப் பற்றி வாசித்த நாளில் இருந்து இதில் ஒருமுறை பயணம் செய்ய வேண்டும் என்ற ஆசை எழுந்துள்ளது.

ஒரு பயணியே இன்னொரு பயணியின் ஆதர்ச மாகிறான். நிறைய பயணம் செய்தவன் ஒரு போதும் இயற்கையை சீரழிக்க மாட்டான். உணவை வீணடிக்க மாட்டான். சகமனிதர்களை வெறுக்கமாட்டான். ஒவ்வொரு பயணமும் ஒரு பாடமே.

10
ரணக்பூரின் காலவிருட்சம்

மதுரையின் ஆயிரம்கால் மண்டபமும் கிருஷ்ணாபுரம் சிற்பங்களும், ஹம்பி விட்டலர் கோயில் இசைத்தூண்களும், ஆவுடையார் கோவில் ஓவியங்களும், தஞ்சை பெரிய கோவில் கோபுர அழகும் கண்டுவியந்து தென்னிந்திய கலைகளுக்கு இணையாக எதுவுமில்லை என நினைத்துக் கொண்டிருந்தேன்.

ஆனால் ராஜஸ்தானின் ரணக்பூர் ஜெயின் கோவிலின் உள்ளே சென்ற போது அந்த எண்ணம் தவறானது. பேரழகின் உச்சத்தைத் தொட்ட சமணக்கோவில்கள் இந்தியாவில் இருக்கின்றன. அவை நிகரற்ற கலைப் பொக்கிஷங்கள் என்ற உண்மையை உணர்ந்தேன்.

ஆம் நண்பர்களே, ரணக்பூர் ஜெயின் கோவிலின் ஒவ்வொரு அங்குலமும் பளிங்கு கற்களால் கலை நுணுக்கத்துடன் உருவாக்கப்பட்டிருக்கிறது. உண்மையில் ஒரு பிரம்மாண்டமான கனவுலகிற்குள் நுழைந்தது போலவே இருந்தது. கோவிலில் மின்விளக்குகள் கிடையாது. இயற்கையான சூரிய ஒளியே கோவிலை நிரப்புகிறது.

ராஜஸ்தான் மாநிலத்தில் பாலி மாவட்டத்திலுள்ள ஒரு சிற்றூர் ரணக்பூர் ஆகும். ரணக்பூருக்கு பயணம் செய்வதே தனித்த அனுபவம். புழுதி பறக்கும் சீரற்ற சாலைகள், இடிபாடுகள். சின்னஞ்சிறு கிராமங்களுக்குள் கார் சென்று கொண்டிருந்தது. ராமநாதபுர மாவட்டத்திற்குள் சென்று கொண்டிருப்பது போலவே உணர்ந்தேன். கருங்கல்லால் ஆன வீடுகள். வெயிலுக்காக உயரம் குறைவாக கட்டப்பட்டிருக்கின்றன. தொலைவில் ஆடு மேய்க்கும் கிழவர்கள். முக்காடு போட்டபடி வேலை செய்து கொண்டிருக்கும் பெண்கள். நவீன உலகின்

எந்த அடையாளமும் இல்லாமல் நூறு வருஷங்களுக்கு பின்னால் வாழ்ந்து கொண்டிருப்பது போன்ற கிராமங்கள்.

கிழட்டு ஒட்டகம் ஒன்று சாலையோரம் படுத்துகிடந்தது. சாதியின் அழுத்தமான பிடியில் ராஜஸ்தான் உள்ளது. தரமான சாலைகள் இல்லை. பொது போக்குவரத்தும் குறைவு. குடிநீர் வசதி கிடையாது. பள்ளியொன்றை கண்டதும் இறங்கி அருகில் சென்று பார்த்தேன். நாற்பது ஐம்பது மாணவர்கள், இரண்டு ஆசிரியர்கள், அழுக்கடைந்து போன வகுப்பறை. அடிப்படை வசதிகள் இல்லாத கல்விக்கூடங்கள். தலைப்பாகை கட்டிய முதியவர்கள் சிலர் சாலையோரம் அமர்ந்திருந்தார்கள்.

இந்தியாவின் பெருநகரங்கள் 21ம் நூற்றாண்டின் அதிநவீன வசதிகளால் ஒளிர்ந்து கொண்டிருக்கையில் இது போன்ற கிராமங்கள் 19ம் நூற்றாண்டில் வாழ்ந்து வருகின்றன என்பதே நிஜம்.

கலைப்பொருட்கள் செய்து விற்பது, சுற்றுலா பயணிகளுக்கான தேவைகளை நிறைவேற்றுவது, அரியவகை ஸ்டோன்களை விற்பனை செய்வது, பளிங்கு கற்கள் விற்பனை இவை தான் பெரும்பான்மை ராஜஸ்தானியர்களின் வேலை. இசையும் நடனமும் பிரிக்க முடியாதபடி கலந்திருக்கிறது. பொம்மலாட்டம், வாள்வீச்சு, பானை நடனம் போன்ற மரபான நாட்டார்கலைகள் இன்றும் தொடருகின்றன.

வெயிலோடு பயணம் செய்து ரணக்பூரை அடைந்தேன். சின்னஞ்சிறிய ஊர். ஆனால் உலகமே அதைத்தேடி வந்து கொண்டிருக்கிறது. காரணம் பேரழகு மிக்க கலைக் கோவில்.

சமண மதத்தின் ஐந்து முக்கிய புண்ணிய ஸ்தலங்களில் ஒன்றாகரணக்பூர் ஜெயின் கோயில் கருதப்படுகிறது. பகவான் ஆதிநாதருக்காக இக்கோயில் உருவாக்கப்பட்டுள்ளது. ரிஷபதேவர் எனும் ஆதிநாதர் சமண சமயத்தை நிறுவியர். ஆதிநாதர் சிற்பம் தவக்கோலத்தில் அமர்ந்திருக்கிறார். தலைப்பகுதியில் முக்குடையுடனும் இரு புறமும் சாமரதாரிகளுடனும் காணப்படுகிறார். அகன்ற விழிகள்

கொண்ட சலவைக்கல் ஆதிநாதர் பெருங்கருணையோடு நம்மைப் பார்த்துக் கொண்டிருப்பது போலவேயிருந்தது.

இக்கோயிலின் அடித்தளப்பகுதி 48,000 சதுர அடி பரப்பளவில் உள்ளது. 80 குமிழ் கோபுர அமைப்புகள், 29 மண்டபங்கள் மற்றும் 1444 தூண்கள் காணப்படுகின்றன. தூண்கள் ஒவ்வொன்றும் ஒவ்வொரு விதமான அலங்கார வேலைப்பாடுகள் கொண்டதாக உருவாக்கப்பட்டிருக்கின்றன.

இக்கோவிலில் மூன்று அடுக்கு கொண்ட நான்கு வாசல்கள் இருக்கின்றன. ஆனால் ஒரேவாசல் வழியாகத்தான் உள்ளே செல்ல அனுமதிக்கப்படுகிறோம். மற்றவாசல்கள் மூடப்பட்டிருக்கின்றன. உள்ளே காலணிகள் அணிந்து செல்லக்கூடாது. உடைக்கட்டுபாடும் உண்டு. படியேறி உள்ளே சென்றால் அமைதி. பேரமைதி. வழிபாட்டு ஸ்தலம் என்ற போதும் சிறு முணுமுணுப்பு சத்தம் கூட இல்லை. ஒவ்வொரு தூணையும் நின்று நிதானமாக பார்த்தேன். கட்டடக்கலையின் உன்னதம். சலவைக்கல்லில் இப்படியான சிற்பங்களை செய்வது சவாலானது. கலைநுணுக்கங்களை செதுக்கிய சிற்பிகள் மகத்தானவர்கள். எவரது பெயரும் அங்கே குறிப்பிடப்படவில்லை.

சலவைக்கல் சிற்பங்களின் அழகைத் தொட்டு உணர்ந்து பார்க்கும் போது கண்ணில் நீர் ததும்பியது. எத்தனை அற்புதம். எவ்வளவு ஆண்டுகால உழைப்பு. பாலைவன வெயிலின் உக்கிரத்தினுள் எப்படி இந்த கலைப்பணியை செய்திருப்பார்கள். இந்த கோவிலைக் கட்டியவர் ராணா கும்பா மன்னரின் அமைச்சரான தர்ணா ஷா. அவர் ஒரு வணிகர். இக்கோயிலைக் கட்டிமுடிக்க 63 ஆண்டுகள் ஆகியிருக்கின்றன. அன்றைய மதிப்பில் இதற்கு 15 கோடி செலவிடப்பட்டிருக்கிறது.

இந்த கிராமம் தர்ணா ஷாவின் சொந்த ஊர் என்பதால் இக்கோவிலை அங்கேயே உருவாக்கியிருக்கிறார். இவ்வளவு பெரிய கலைக்கோவிலை செய்தவரின் உருவம் சுண்டுவிரல் அளவில் ஒரு கோவில் தூணில் செதுக்கப்பட்டிருக்கிறது. தான் வெறும் பணியாள், ஆதிநாத பகவானின் கருணையே இக்கோவிலை சாத்தியப்படுத்தியது என்பதன் அடையாளமே இந்த சிறிய உருவம்.

காலவிருட்சம் என்றொரு சிற்பம் கோவிலின் விதானத்திலுள்ளது. முடிவற்ற காலத்தின் அடையாளமாக அந்த சிற்பம் நுணுக்கமாக உருவாக்கப்பட்டுள்ளது. கோவிலின் எந்த இடத்திலிருந்து பார்த்தாலும் மூலவரை காண முடிகிறது. மொகலாய படையெடுப்பின் போது இந்த கோவில் தாக்கப்பட்டு மீண்டும் புத்துருவாக்கம் பெற்றிருக்கிறது.

சலவைக்கல் யானையின் முன்பாக நின்றிருந்தேன். எத்தனை அழகான காதுகள். துதிக்கை, கழுத்துமணியுடன் சிறிய தந்தம் கொண்ட அந்த யானையின் கண்கள் அழகாக செதுக்கப்பட்டிருக்கின்றன.

ஒரே கல்லால் செதுக்கப்பட்ட 108 தலைகளுடனும், வால்களுடன் கூடிய பாம்புச் சிற்பம் வசீகரமாகயிருந்தது. சமண சமயத்தில் துறவிகள் மட்டுமல்லாது இல்லறத்தார்க்கும் ஒழுக்கவிதிகள் இருக்கின்றன. வீடுபேறு அடைவதையே சமணர்கள் வாழ்க்கையின் இறுதிப் பயனாகவும், நோக்கமாகவும் கொண்டு வாழ்ந்தனர். இதனால் மனக்கட்டுப்பாடும், உடல் உணர்வு மறுப்பும், புலனடக்கமும், அறிவார்வமும் சமண சமயத்தோரிடம் பேணி வளர்க்கப்பட்டது.

கல்வி நிலையங்களை உருவாக்கியதில் சமணர்கள் முன்னோடிகள். மலைக்குகைகளில் சமண பள்ளிகளை நிறுவினார்கள். சாதி சமய வேறுபாடற்ற சமத்துவக் கல்வி அவர்களாலே முதன்முறையாக வழங்கப்பட்டது.

சமணமும் தமிழும் என்ற மயிலை சீனி வேங்கடசாமி எழுதிய புத்தகம் தமிழ் சமணம் பற்றி சிறப்பாக விளக்குகிறது.

பண்டைய காலங்களில் வீடு கட்டும் போது மனையின் ஏழில் ஒரு பங்கு தர்மபாகம் என்ற பெயரால் ஒதுக்கப்படும். அந்த பகுதியை பொதுத் தேவைகளுக்கு இடமளிப்பார்கள். அது திண்ணையாகவோ முன்றிலாகவோ இருக்கக்கூடும். இந்த இடங்களிலே தான் திண்ணைப் பள்ளிகள் உருவாக்கப்பட்டன. இது போன்ற அறசிந்தனை சமண சமயத்திலிருந்து உருவானதே. இலக்கியம், இலக்கணம், நீதிநூல்கள், விஞ்ஞானம் மற்றும் இதரகலைகளிலும் சமணம் நிறைய கொடையளித்திருக்கிறது.

இந்தியாவின் பெரும்கலைக்கூடங்களில் ஒன்றாக ரணக்பூர் ஜெயின் ஆலயத்தைக் காண உலகெங்குமிருந்து பயணிகள் வந்து கொண்டேயிருக்கிறார்கள். பிரமிப்பின் உச்சத்தோடு கோவிலை விட்டு வெளியே வந்தேன். மாமன்னர்கள் வாழ்ந்த அரண்மனைகள், கோட்டைகள் அடையாளம் தெரியாமல் மறைந்து போய்விட்டன. மன்னர்கள் மண்ணில் மறைந்து போய்விட்டார்கள். ஆனால் கலை மட்டுமே வாழ்ந்து கொண்டிருக்கிறது. இது தான் காலம் நமக்கு சுட்டிக் காட்டும் உண்மை.

ரணக்பூர் கோயிலில் வெளியே உள்ள போஜனாலாயாவில் எளிய சைவ உணவு தருகிறார்கள். விலை. ரூ.25. அவல் உப்புமா, எண்ணெய் இல்லாத ரொட்டி, தயிர். காய்கறிகள். உப்பும் காரமும் இல்லாத உணவு.

பெரும்பாலைவன பகுதியொன்றினுள் இப்படியொரு கலைக்கோவிலை கட்டிய அந்த மகத்தான மனிதரை நினைத்தபடியே வந்தேன்.

மனிதர்கள் கனவுகாணக்கூடியவர்கள். அதை அடைவதற்காக தன் வாழ்க்கையைச் செலவளிக்கக்கூடியவர்கள். சிலரது கனவுகள் காலத்தை வென்று ஒளிர்கின்றன. மகத்தான கனவுகளே வாழ்வை அர்த்தப்படுத்துகின்றன. அது தான் ரணக்பூர் நமக்கு சொல்லும் பாடம்.

11

நியூயார்க்கில் ஒரு இரவு

நாடகம் பார்க்க இரவில் சைக்கிளில் சென்ற பயணமே இரவில் சுற்ற ஆரம்பித்ததின் முதல்நினைவு. நாடகத்தோடு எனக்குள்ள உறவு முப்பது ஆண்டுகளுக்கும் மேற்பட்டது.

திருவிழாவில் நாடகம் நடைபெறப்போகிறது என்பது விசேசமானது. அதைப்பற்றி மக்கள் வாரக்கணக்கில் பேசிக் கொண்டிருப்பார்கள். உடையப்பா அரிச்சந்திரனாக நடிக்கிறார் என்றால் கூடும் கூட்டம் அளவில்லாதது. அற்புதமாக நடிப்பார். இரவு பத்துமணிக்குத் தான் நாடகம் துவங்கும். விடிய விடிய நடக்கும்.

கிராமத் திருவிழாவில் பெரும்பாலும் வள்ளி திருமணமோ, அரிச்சந்திரன் மயான காண்டமோ, பவளக்கொடியோ தான் நடப்பது வழக்கம். கோவில் திடலில் பின்னிரவின் வெளிச்சத்துடன் நாடகம் பார்ப்பது தனித்த அனுபவம்.

சித்திரைப் பொருட்காட்சியில் சிறப்பு நாடகங்கள் நடத்தப்படுவதுண்டு. அதில் ஆர்.எஸ். மனோகர் மிகவும் பிரபலம். பெரும்பாலும் புராண நாடகங்கள். நவீன நாடகத்தை மதுரை நிஜ நாடக இயக்கம் மூலமே அறிந்து கொண்டேன். பின்பு சென்னையில் கூத்துபட்டறை நாடகங்களையும் பிரளயன் இயக்கிய நிஜ நாடகங்களையும் ஞாநியின் நாடகங்களையும் பேரா.

ராமானுஜம், பிரசன்னா ராமசாமி, மங்கை, ஆடுகளம் ராமானுஜம், மணல்மகுடி முருகபூபதி, திருப்பத்தூர் பார்த்திபராஜா, இயக்கிய நாடகங்களையும் கண்டு மகிழ்ந்திருக்கிறேன். தேசிய நாடக விழா பற்றிக் கேள்விபட்டு ஒரு முறை டெல்லி சென்று அந்த நாடகங்களைக் கண்டிருக்கிறேன். எவ்வளவு தான் சினிமா பார்த்தாலும் நாடகம் தரும் அனுபவத்திற்கு நிகரேயில்லை.

'உருளும் பாறைகள்' என்ற எனது நாடகம் சங்கீத நாடக அகாதமியால் தேர்வு செய்யப்பட்டது. அதை மதுரையில் பேராசிரியராகப் பணியாற்றும் சுந்தர் காளி இயக்கினார். அந்த நாடகம் பல்வேறு இடங்களில் நிகழ்த்தப்பட்டு பாராட்டுப் பெற்றது. இதைத் தொடர்ந்து இயக்குனர் கருணா பிரசாத் 'அரவான்' என்ற எனது நாடகத்தைச் சிறப்பாக நிகழ்த்தினார். தீப்பந்த வெளிச்சத்தை மட்டுமே பயன்படுத்தி நிகழ்த்தப்பட்ட மகாபாரதக் கதையை மையமாகக் கொண்ட நாடகமது. அது போலவே இயக்குனர் ஜெயராவ் எனது ஐந்து நாடகங்களை இயக்கியிருக்கிறார். அதில் தஸ்தாயெவ்ஸ்கியின் வாழ்க்கையை நாடகமாக நிகழ்த்தியது அபாரம்.

நாடகம் பார்ப்பதற்காகவே திருவனந்தபுரம், ஹைதராபாத், டெல்லி, மும்பை, கல்கத்தா, போபால், திருச்சூர், பெங்களூர் என எங்கெங்கோ சென்று வந்திருக்கிறேன். சில நாடக விழாக்களிஸ்ல் எனது நாடகமும் கலந்து கொண்டிருக்கிறது.

நீண்ட காலமாகவே அமெரிக்காவின் புகழ்பெற்ற பிராட்வே நாடகங்களைக் காண வேண்டும் என்ற ஆசையிருந்தது. அதிலும் குறிப்பாக நியூயார்க் நகரின் பிராட்வே நாடகங்களைப் பற்றிப் படித்திருந்த காரணத்தால் அங்கே சென்று நாடகம் காண வேண்டும் என்ற ஆசை கொண்டிருந்தேன்.

பிராட்வே நாடகங்கள் திரைப்படங்களை விடவும் புகழ்பெற்றவை. ஒரு சில நாடகங்கள் ஆண்டுக்கணக்கில் நடைபெற்றுவருகின்றன. எந்த நாடகத்திற்கும் எளிதில் டிக்கெட் கிடைக்காது. மூவாயிரம் ரூபாய் குறைந்தபட்ச கட்டணம். ஐம்பது ஆயிரம் வரை டிக்கெட் இருக்கிறது. பெரும்பான்மை நாடகங்கள் இசையும் நடனமும் கொண்டவை.

அமெரிக்கத் திரைப்படங்களில் பாடல்கள் கிடையாது. ஆனால் மேடை நாடகங்களில் இசையும் பாடலுமே சிறப்பு. சில நாடகங்கள் முழுவதும் பாடலாலே உருவாக்கப் படுகின்றன. இசையும் நடனமும் இணைந்த இந்த நாடகங்கள் மாயஜாலக் காட்சிகள் போல விசித்திரமான அரங்க அமைப்பில், விசேச ஒளியுடன் உருவாக்கப்படுகின்றன.

நாடக நடிகர்கள் பெறும் ஊதியம் மிகவும் அதிகம். நாடக அரங்குகளில் மக்கள் கூட்டம் அலைமோதுகிறது. வார இறுதி நாட்களில் டிக்கெட் கிடைப்பது வெகு அரிது.

அமெரிக்கப் பயணத்தின் போது எப்படியாவது பிராட்வே நாடகத்தைப் பார்த்துவிட வேண்டும் என்று முன்கூட்டியே திட்டமிட்டிருந்தேன். நியூயார்க் நகரின் புகழ்பெற்ற வீதி டைம்ஸ் ஸ்கொயர். இரவு கொண்டாட்டங்களுக்குப் புகழ்பெற்ற வீதி. புத்தாண்டு கொண்டாட்டம் அங்கே தான் நடைபெறுவது வழக்கம்.

நியூயார்க் நகரின் பிராட்வே சாலையும் ஏழாவது அவென்யூவும் சந்திக்கும் மையமாக டைம்ஸ் சதுக்கம் உள்ளது. புகழ்பெற்ற நியூயார்க் டைம்ஸ் நாளிதழ் 1904 ஆம் ஆண்டு தனது அலுவலகத்தைப் புதிதாகக் கட்டிய டைம்ஸ் கட்டடத்திற்கு மாற்றியது. அது முதல் இந்த இடம் டைம்ஸ் ஸ்கொயர் என்று அழைக்கப்படுகிறது

மாயலோகம் ஒன்றுக்குள் நுழைந்துவிட்டது போல ஒளிரும் அலங்கார விளக்குகள். வண்ண மின்னொளிகளால் பிரகாசிக்கும் டிஜிட்டல் திரைகள், திருவிழாக் கூட்டம் போல அலைமோதும் ஆட்கள், விதவிதமான உணவகங்கள், பிரபல நிறுவனங்களின் அங்காடிகள், இசைக்கலைஞர்களின் வீதி சங்கீதம், ஐம்பதுக்கும் மேற்பட்ட பிராட்வே அரங்குகள் வரிசையாக உள்ளன. இதில் சில நூறு வருடங்களுக்கும் மேலாக நடைபெற்று வரக்கூடியவை.

வணிகரீதியாக இந்த மேடைநாடகங்கள் மிகப்பெரிய வசூலைப் பெறுகின்றன. வணிகத்தை முதன்மையாகக் கருதாமல் கலை நோக்கத்திற்காக நடத்தப்படும் நாடகங்கள் ஆஃப் பிராட்வே என அழைக்கபடுகின்றன. இவை நூறு முதல் ஐநூறு இருக்கைகள் கொண்ட சிறிய அரங்கில் நடைபெறுகின்றன.

பொதுவாக ஒரு நாடகத்தை வாரம் எட்டு நிகழ்வுகளாகக் குறைந்தபட்சம் 14 வாரங்கள் நடத்துகிறார்கள். புகழ்பெற்ற நாடகங்கள் ஆண்டுக்கணக்கில் நடைபெறுகின்றன. 'பேண்டம் ஆஃப் தி ஒபரா' நாடகம் 7486 முறை மேடையேற்றப்பட்டது என்கிறார்கள்.

நான் 'மேரி பாபின்ஸ்' என்ற புகழ்பெற்ற நாடகத்தைக் காணுவதற்காகச் சென்றேன். அமெரிக்க நண்பரும் திண்ணை இணைய இதழின் ஆசிரியருமான ராஜாராம் இதற்கான டிக்கெட்டினை முன்பதிவு செய்து கொடுத்தார்.

மேரி பாபின்ஸ் நாடகத்தில் மேஜிக் காட்சிகளை விடவும் வேகமாக நாடகத்தின் அரங்க அமைப்பு மாறிக் கொண்டேயிருந்தது. மேடையில் இருந்து நடிகர்கள் பார்வையாளர்களை நோக்கி பறந்து வருகிறார்கள். அரங்கில் பனிமழை பெய்கிறது. மின்னல் வெட்டுகிறது. சேர்ந்திசையும் நடனமும் மக்களின் ஆரவாரத்துடன் நடக்கிறது. சினிமாவில் எவையெல்லாம் சாத்தியமோ அதை விட இரண்டு மடங்கு அதிகமாகவே மேடையில் சாத்தியப்படுத்துகிறார்கள். நடிப்பு, இசை, நடனம், அரங்க அமைப்பு என அத்தனையும் அபாரம்.

மேடை நாடகம் என்றாலே நின்று மணிக்கணக்கில் பேசிக் கொண்டேயிருப்பார்கள். பின்புலத்தில் இரண்டோ, மூன்றோ திரைச்சீலையிருக்கும் என்ற பொது அனுபவத்தை முற்றிலும் மாற்றிவிட்டார்கள். இரண்டாயிரம் பேருக்கும் மேலான அரங்கமது. அரங்க அமைப்பே அத்தனை கலை ரசனையோடு உருவாக்கப்பட்டிருந்தது. டிக்கெட்டோடு நாடகம் பற்றிய தகவல்கள் அடங்கிய பை ஒன்றும் தருகிறார்கள். நாடகத்தின் முக்கியப் பொருட்களின் மாதிரிகள் விற்பனையும் செய்யப்படுகிறது.

ஒரு பக்கம் செலவேயில்லாமல் வீதியில் நடத்தப்படும் வீதி நாடகங்கள். மற்றொரு புறம் கோடிக்கணக்கில் செலவு செய்து நடத்தப்படும் வணிக நாடகங்கள். இரண்டும் அமெரிக்காவில் சாத்தியமாகியிருக்கின்றன.

'மேரி பாபின்ஸ்' கதையைச் சினிமாவாக முன்பே பார்த்திருக்கிறேன். லண்டனில் நடைபெறும் கதையது. மேடையில் நிஜ லண்டனையும் பனிக்காலத்தையும் தத்ரூபமாக உருவாக்கிக் காட்டுகிறார்கள். மேரி பாபின்ஸ் வானில் பறப்பது கண்முன்னே நடக்கிறது.

பிராட்வே பார்த்துவிட்டு டைம்ஸ் ஸ்கொயரில் நடந்தேன். மக்கள் இரவைக் கொண்டாடுகிறார்கள். இசையும், ஆட்டமும், பாட்டுமாகச் சந்தோஷம் அலைபாய்கிறது.

தொலைக்காட்சி முன்பாக மட்டுமே இரவைக் கழிக்கும் நம் ஊரை நினைத்துக் கொண்ட போது வருத்தமாகவே இருந்தது.

இளமையின் துடிப்பை, கொண்டாட்டத்தை மகிழ்ச்சியைக் காண ஒருமுறையாவது டைம்ஸ் ஸ்கொயர் போய் வர வேண்டும். அந்த வீதி மகிழ்ச்சியால் நிரம்பியிருக்கிறது. வண்ணவிளக்கின் ஒளி நம் மீது படரும் போது கனவில் மிதப்பது போலவே இருக்கிறது.

தமிழ் நாடக உலகம் ஒருகாலத்தில் பெரும்புகழ் பெற்றிருந்தது. நாடகம் பார்க்க டிக்கெட் கிடைக்காமல் மக்கள் காத்திருந்தார்கள். அந்த நாட்களின் இனிய நினைவுகளை நாடகமேதை ஔவை சண்முகம் ‘எனது நாடக வாழ்க்கை’ என்ற நூலில் மிக அழகாகப் பதிவு செய்திருக்கிறார். நாடகக் குழுவினர் ஊர் ஊராகப் போய் எப்படி நாடகம் போட்டார்கள், பொதுமக்கள் நாடகத்தை எவ்வளவு ரசித்துக் கொண்டாடினார்கள் என்பதன் அரிய ஆவணம் போலுள்ளது இந்த நூல்.

பள்ளி, கல்லூரி விழாக்களில் முன்பு மாணவர்களே நாடகம் எழுதி நடிப்பார்கள். இன்று பெரும்பான்மை பள்ளி விழாக்களில் சினிமா பாடல்களுக்கு மாணவ மாணவிகள் ஆடுகிறார்கள். நாடகம் என்பது அழிந்து வரும் கலையாகிவிட்டது. கல்வி புலத்தில் நாடகம் அறிமுகமானால் தான் பின்னாளில் அது காக்கப்படும். இல்லையென்றால் அரிய நாட்டார்கலைகள் போல அவை கண்முன்னே மறைந்து போய்விடக்கூடும்.

12
சல்லிவன் நினைவகம்

ஊட்டிக்குச் செல்லக்கூடியவர்கள் பொட்டானிக்கல் கார்டன், மலை ரயில், தொட்ட பெட்டா சிகரம், ஊட்டி ஏரி என சுற்றுலா பயணிகளுக்கான ஐந்தாறு இடங்களுடன் தங்கள் பயணத்தை முடித்துக் கொள்கிறார்கள். ஆண்டிற்கு பல்லாயிரம் பேர் வந்து போகும் ஊட்டியில் அதை உருவாக்கிய ஜான் சல்லிவன் பற்றி எத்தனை பேருக்குத் தெரியும். அவருக்கு கோத்தகிரியில் ஒரு நினைவகம் இருக்கிறது.

ஆண்டுக்கு ஆண்டு உதகமண்டலம் அதிக சுற்றுச்சூழல் சீர்கேட்டிற்கு உள்ளாகி வருகிறது. அதற்கு முக்கியக் காரணம் தனியார் ஆக்கிரமிப்புகளும், சுற்றுலா பயணிகளால் உருவாகும் குப்பைகளும், வாகன புகை காரணமாக உருவாகும் மாசுபடுதலும் ஆகும்.

மேற்குத் தொடர்ச்சி மலையைப் பாதுகாப்பதற்காக பல சுற்றுச்சூழல் இயக்கங்கள் தொடர்ந்து செயல்பட்டு வருகின்றன. ஆனால் சுற்றுச்சூழல் குறித்த கவனம் சுற்றுலா பயணிகளிடம் உருவாகவில்லை. கோடை காலத்தில் ஊட்டி சூறையாடப்படுகிறது என்பதே நிஜம்.

எத்தனையோ திரைப்படங்களின் பாடல் காட்சிகள் ஊட்டியில் படமாக்கப்பட்டிருக்கின்றன. ஆனால் ஊட்டியிலே பிறந்து வளர்ந்த மக்களின் பிரச்சனையும் அந்த நகரின் வாழ்க்கை முறையும் கொண்ட தமிழ்ப் திரைப்படம் இதுவரை உருவாக்கப்படவில்லை.

ஊட்டியை பாலுமகேந்திரா மிக அற்புதமாக படமாக்கியிருப்பார். இயற்கை ஒளியில் அவர் காட்டிய காட்சிகள் நேரில் சென்றாலும் நம்மால் காணமுடியாது. திரைப்படங்களில் ஊட்டி காட்டப்பட்ட அளவிற்கு

இலக்கியத்தில் பதிவுகள் இல்லை. உதகமலையின் முழுமையான வரலாறு கூட இன்று வரை எழுதப்படவில்லை.

ஊட்டியின் பாரம்பரியப் பெயரான ஒத்தக்கல்மந்து என்பது தொதுவ மக்களின் சொற்றொடர். அதை உதகமண்டலம் என ஆட்சியாளர்கள் பெயர் மாற்றம் செய்தார்கள்.

நீலகிரி மாவட்டத்தில் 18 வகையான மலைவாழ் மக்கள் வாழ்கிறார்கள். தோடர்கள் தாம் வாழும் இடத்தை மந்து என்று கூறுகிறார்கள். எருமை மாடுகளை வளர்ப்பதே இவர்களின் முக்கிய வேலை. தோடப் பெண்கள் துணிமணிகளில் பூ வேலைப்பாடு செய்வதில் கைதேர்ந்தவர்கள். ஆண்கள் மர வேலையில் விற்பன்னர்கள்.

இவர்களைப் போலவே படுகர்கள் எனப்படும் மலைவாழ் மக்கள் படுகு மொழி பேசுகிறார்கள். இந்த மொழிக்கு எழுத்து இல்லை. படுகர் இனம், தனித்துவமான பல கலாச்சாரக் கூறுகளைக் கொண்டுள்ளது. அதில் ஒன்று அவர்களின் பாரம்பரிய நடனம். திருமணம், திருவிழா என எந்த விசேஷ நிகழ்வாக இருந்தாலும், பாரம்பரிய நடனத்தை ஆடி மகிழ்வது இவர்களின் வழக்கம்.

ஜான் சல்லிவன் 1815 முதல் 1830 வரை பிரிட்டீஷ் அரசின் கோயம்புத்தூர் மாவட்ட ஆட்சியராக இருந்தவர். இவரால் 1819ம் ஆண்டுவாக்கில் நீலகிரி மலை கண்டறியப்பட்டது.

1804ம் ஆண்டு சென்னை கிழக்கிந்திய நிறுவனத்தில் எழுத்தராக வேலைக்குச் சேர்ந்தவர் சல்லிவன். தனது கடின உழைப்பால் உயர்ந்து செங்கல்பட்டு மாவட்ட ஆட்சியாளராக உயர்ந்தார். பின்பு அவர் கோவை மாவட்டத்தின் ஆட்சியாளராக நியமிக்கப்பட்டார்.

12ஆம் நூற்றாண்டில் ஹொய்சாளர்கள் நீலகிரி மலையை ஆட்சி புரிந்தனர். பின்னர், திப்பு சுல்தானின் ஆளுகைக்கு உட்பட்டது. மைசூர் யுத்தத்தில் திப்பு தோற்றுப்போனதை அடுத்து நீலகரி ஆங்கிலேயர் வசமானது. பதினெட்டாம் நூற்றாண்டிலிருந்து நீலகிரியை ஆங்கிலேயர்கள் ஆட்சி புரியத் துவங்கினார்கள்.

1819ம் ஆண்டு பிப்ரவரி மாதம் 22ம் நாள் கோவை மாவட்ட ஆட்சியரான சல்லிவன் பிரான்சு நாட்டைச் சேர்ந்த இயற்கை ஆர்வலரான ழான் பாபிஸ்ட் லூயிசுடனும் இணைந்து, படகா இன வழிகாட்டியின் உதவியோடு உதகமண்டலத்தை அடைந்தார். அதன் குளிரும், அழகிய நிலப்பரப்பும் அவரை வியப்பிற்குள்ளாக்கியது, மூன்று வார காலம் அப்பகுதியை சுற்றிப்பார்த்த சல்லிவன் அங்கேயே ஒரு கல்வீடு ஒன்றையும் கட்டிக் கொண்டார்.

அவரது முயற்சியால் தான் நீலகிரியில் மாற்றங்கள் உருவாகத் துவங்கின. ஸ்விட்சர்லாந்தின் சீதோஷ்ண நிலையை ஒத்த இடம் ஊட்டி என்பதாக சல்லிவன் ஒரு கடிதம் ஒன்றில் குறிப்பிடுகிறார். இதன் காரணமாக பிரிட்டீஷ் ராணுவத்தின் பயிற்சி முகாம் ஒன்று உதகமண்டலத்தில் உருவாகப்பட்டது. மலைவாழ் மக்களின் உதவியால் சல்லிவன் ஊட்டியை சிறந்த மலை வாழிடமாக உருமாற்றினார்.

தோடா மக்களிடமிருந்து ஒரு ஏக்கர் ஒரு ரூபாய் விலைக்கு நிலத்தை விலைக்கு வாங்கி ஸ்டோன் ஹவுஸ் எனப்படும் பிரம்மாண்டமான வீடு ஒன்றை சல்லிவன் கட்டினார். அது தான் ஊட்டியின் முதல் ஐரோப்பியர் வீடு. அவரைத் தொடர்ந்து பிரிட்டீஷ் அலுவலர் பலரும் ஊட்டிக்கு குடியேறினார்கள். நிறைய வெள்ளைக்காரக் குடியேற்றங்கள் துவங்கின, புதிய தரைவழிப்பாதை உருவாக்கப்பட்டது.

தனது குடியிருப்பை ஒட்டி அவர் அழகிய தோட்டத்தை உருவாக்கினார். நீலகிரியில் உருளைகிழங்கு, முட்டைகோஸ், முள்ளங்கி, கேரட் போன்றவற்றை பயிரிடுவதற்கு ஏற்பாடுகள் செய்தார். நீலகிரியில் தேயிலைத் தோட்டங்களை உருவாக்கியதில் சல்லிவனுக்கு முக்கிய பங்கிருக்கிறது. பல்வேறு வகையான வண்ண மலர்கள், பழமரங்கள் ஐரோப்பிய நாடுகளில் இருந்து கொண்டுவரப்பட்டு ஊட்டியில் வளர்க்கப்பட்டன. சல்லிவன் முயற்சியாலே ஊட்டி ஏரி உருவாக்கப்பட்டது,

ஜான் சல்லிவன் தனது முதல் பங்களாவை கோத்தகிரி கன்னேரிமுக்கு பகுதியில் அமைத்தார். இடிந்த நிலையிலிருந்த அந்த வீடு சில ஆண்டுகளுக்கு முன்பு

மறுஉருவாக்கம் செய்யப்பட்டு சல்லிவன் நினைவகமாக மாற்றப்பட்டுள்ளது. சிவப்பு வீடு என அழைக்கப்படும் இந்தக் கட்டிடம் முக்கியமான நினைவுச்சின்னமாகும்.

ஐந்து ஏக்கர் பரப்பிலுள்ள இந்த இடம் ஊட்டியின் வரலாற்றில் முக்கியமானது. இங்கே தங்கியிருந்த சல்லிவன் பிரிட்டீஷ் கவர்னர் தாமஸ் மன்றோவிற்கு எழுதிய கடிதம் ஒன்றில் இந்த மலையின் முக்கியத்துவம் பற்றி சிறப்பாக எழுதியிருக்கிறார். அந்தக் கடிதம் இங்கே காட்சிக்கு வைக்கப்பட்டிருக்கிறது. சல்லிவன் நீலகிரி மலையில் வசிக்கும் மலைவாழ் மக்களிடம் பார்லியை அறிமுகம் செய்து அதை பயிரிடச் செய்தார். அதனால் பார்லி கஞ்சி இன்றும் அவரது பெயரால் சல்லிவன் கஞ்சி என்றே அழைக்கப்படுகிறது.

சல்லிவன் மனைவி, மகள் இருவரும் ஊட்டியில் தான் இறந்தார்கள். அவர்களின் கல்லறை அங்கேயிருக்கிறது. சல்லிவன் வைத்த ஒக் மரம் 150 வருடங்களை கடந்து இன்றும் உதகமண்டலத்தில் உறுதியோடு நிலைத்து நிற்கிறது.

சல்லிவன் மியூசியத்தில் அவர் எழுதிய கடிதங்கள், நினைவுப்பொருட்கள் மற்றும் அந்தக் கால ஊட்டியின் புகைப்படங்கள் காட்சிப்படுத்தப்பட்டிருக்கின்றன. ஊட்டியில் ரயில்பாதை அமைக்கப்பட்ட புகைப்படங்களைக் கண்ட போது மனது சிலிர்ப்படைந்தது.

சல்லிவன் நினைவகத்தைக் காணும் போது எனக்கு கவிஞர் சுகுமாரன் எழுதிய வெலிங்டன் நாவல் நினைவில் வந்தது. அந்த நாவலில் ஜான் சல்லிவன் பற்றி சுகுமாரன் சிறப்பாக எழுதியிருக்கிறார். குறிப்பாக சல்லிவன் மனநிலையை விவரிப்பது போல எழுதப்பட்ட இந்த வரிகள் மறக்கமுடியாதவை:

மனிதர்களை ஜெயிப்பது போல இயற்கையை ஜெயிப்பது அவ்வளவு எளிதில்லையா? அதன் வசீகரம் புதிரானதா? விளங்கிக் கொள்ள நெருங்கும்போதெல்லாம் புதிர் இன்னும் அடர்த்தியாகிறதா? இந்த மலையும் வனங்களும் அப்படியான மர்மங்களை ஒளித்து வைத்திருக்கின்றனவா? அந்த அகங்காரம்தான் மலை மடிப்புகளுக்குள் நுழைந்து பார்க்க முடியாமல் பயமுறுத்துகிறதா?

சல்லிவன் மியூசியம் அவசியம் காண வேண்டிய ஒன்று, அதிலுள்ள கடிதங்களும், ஊட்டியைப் பார்வையிட்ட முக்கியப் பிரமுகர்கள், கவர்னர் ஜெனரல்களின் புகைப் படங்களும், குறிப்புகளும் எழுதப்படாத கதைகளைச் சொல்கின்றன.

அடுத்த முறை ஊட்டிக்குப் போகையில் ஜான் சல்லிவன் நினைவகத்திற்குச் சென்று வாருங்கள். அவர் நாம் நினைவு கொள்ள வேண்டிய முக்கியமான மனிதர்.

13
குவெம்புவின் நினைவில்லம்

கர்நாடகா பயணத்தின் போது இரண்டு நினை வில்லத்திற்குப் போயிருந்தேன். ஒன்று இராஷ்ட்ரகவி என அழைக்கபடும் குவெம்புவின் நினைவில்லம். அது குப்பள்ளி என்ற சிறிய கிராமத்திலுள்ளது.

மற்றொன்று புகழ்பெற்ற இந்திய ஆங்கில எழுத்தாளர் ஆர்.கே. நாராயண் நினைவாக மைசூரில் உருவாக்க பட்டுள்ள நினைவகம்.

இரண்டும் அரசால் உருவாக்கப்பட்டு சிறப்பாகப் பராமரிக்கபட்டு வரும் நினைவகங்கள்.

குவெம்பு தாய்மொழியான கன்னட மொழியில் தான் அனைவரும் கல்வி பெற வேண்டும் என முழக்கமிட்ட கவிஞர். மைசூர் பல்கலைக்கழகத் துணைவேந்தராக இருந்தவர்.

ஆர்.கே. நாராயண் தமிழ் குடும்பத்தில் பிறந்து தந்தையின் வேலை காரணமாகக் கர்நாடகாவிற்கு இடம் பெயர்ந்தவர். ஆங்கிலத்தில் மட்டுமே எழுதியவர். இந்திய ஆங்கில எழுத்தாளர்களில் முக்கியமானவராகக் கருதப்படுகிறவர். இருவருமே இந்திய அரசின் உயரிய விருதான பத்மபூஷண் பெற்றவர்கள்.

கர்நாடகாவில் வரலாற்று பெருமைமிக்க இடங்கள், கலைக்கூடங்கள், கோவில்கள் யாவும் முறையாகப் பராமரிக்கப்பட்டு வருகின்றன. இலக்கியத்தையும் எழுத்தாளர்களையும் போற்றுவதில் கர்நாடகம் சிறப்பான மாநிலமாகவே இருக்கிறது. கேரளாவை விடவும் சிறப்பு என்றே சொல்வேன்.

சமீபத்தில் திருச்சூர் சென்றிருந்த போது புகழ்பெற்ற கவிஞர் ஆற்றூர் ரவிவர்மா வீட்டிற்குப் போய் அவரைச் சந்திக்க விரும்பினேன். என்னிடம் அவரது தொடர்பு எண், முகவரியில்லை. அங்குள்ள புத்தகக் கடைகள், ஆட்டோ, டாக்சி டிரைவர்கள், என ஒருவருக்கும் அவரது பெயரோ, விபரமோ தெரியவில்லை. நான் தங்கியிருந்த லாட்ஜின் மேனேஜர் அப்படி ஒரு பெயரைக்கூடக் கேள்விபடாதவர்.

ஆற்றூர் ரவிவர்மா சாகித்ய அகாதமி பரிசு பெற்ற எழுத்தாளர், சிறந்த கவிஞர். கல்லூரி பேராசிரியராக இருந்தவர். ஆனாலும் ஒருவருக்கும் அவரைப் பற்றி ஒரு தகவலும் தெரியவில்லை.

ஒரு மலையாள பத்திரிக்கையாளர் மூலம் அவரது வீட்டு தொலைப்பேசி எண்ணும் முகவரியும் பெற்றேன். ஆட்டோவில் போன போது சந்து சந்தாகப் போய்க் கொண்டேயிருந்தது. எது அவரது வீடு என அடையாளம் காணமுடியவில்லை. அண்டை அயலார் ஒருவருக்கும் அப்படி ஒரு கவிஞர் இருப்பது தெரியவில்லை. வீடு கண்டுபிடித்துப் போக ஒரு மணி நேரமாகி விட்டது.

பொதுவாக கேரளாவில் இலக்கியவாதிகள் கொண்டாடப் படுகிறார்கள். சகலருக்கும் எழுத்தாளர்கள் பெயர்களைச் சொன்னாலே தெரியும் என்ற பொய் தொடர்ந்து தமிழ் நாட்டில் சொல்லப்பட்டு வருகிறது. அது உண்மையில்லை.

கேரளாவில் புத்தக வாசிப்பு விகிதம் அதிகம். அரசு, எழுத்தாளர்களை ஆதரிக்கிறது, கொண்டாடுகிறது. புத்தகங்கள் நிறைய விற்கின்றன. இந்த வகையில் கேரளாவை நாம் உதாரணமாகச் சொல்லலாம்.

ஆனால் பொதுரசனை என்பது தமிழகம் போலவே கேளிக்கை சார்ந்த விஷயங்களிலும் அரசியல் ஈடுபாட்டிலும் தானிருக்கிறது. இலக்கியம் வாசிப்பவர்கள் எல்லா மாநிலத்திலும் சிறுபகுதியே.

கர்நாடகாவில் எழுத்தாளனின் குரலுக்கு எப்போதும் தனியிடம் இருக்கிறது. சிவராம காரந்த் போன்ற மகத்தான படைப்பாளி தீவிர சமூகப் போராளியாக வாழ்ந்திருக்கிறார். கர்நாடகாவின் கல்விபுலங்களில்

எழுத்தாளர்களுக்கான மரியாதையும் அங்கீகாரமும் உரிய முறையில் கிடைக்கின்றன.

கன்னட எழுத்தாளர் யூ. ஆர். அனந்த மூர்த்தியின் மறைவிற்கு அரசு பொது விடுமுறை அறிவித்தது. இப்போதும் பல்கலைகழகத் துணைவேந்தராக எழுத்தாளர்கள் நியமிக்கப் படுகிறார்கள். முக்கியமான கன்னட எழுத்தாளர்கள் பற்றி ஆங்கிலத்தில் ஒரு இணையதளத்தை அரசே உருவாக்கி யுள்ளது. மொழிபெயர்ப்புக்கு எனத் தனித் துறையை உருவாக்கி முக்கியக் கன்னட நூல்கள் ஆங்கிலத்திலும் பிற இந்திய மொழிகளிலும் தொடர்ந்து மொழிபெயர்ப்பு செய்யப்பட்டு வருகின்றன.

கர்நாடகாவில் சிமோகா அருகிலுள்ள தீர்த்தஹள்ளிக்கு அருகே அமைந்துள்ள சிறிய கிராமம் குப்பள்ளி. பெங்களூரில் இருந்து 350 கிலோ மீட்டர் தூரம். பசுமையான மலநாட்டின் காடுகளின் நடுவில் அமைந்துள்ள ஊரது. எங்கு நோக்கினும் பசுமை, சுற்றிலும் மலைகள்.

குவெம்பு என்ற புனைப்பெயரால் அறியப்பட்டவர் கே. வி. புட்டப்பா. அவரது முழுப்பெயர் குப்பள்ளி வெங்கடப்பகௌடா புட்டப்பா. இதுவரை கன்னட மொழியில் எட்டு பேர் ஞானபீட விருது பெற்றிருக்கிறார்கள். தமிழில் இரண்டே இரண்டு பேர். அதிலும் நாம் புறக்கணிக்கப்பட்டவர்களாகவே இருக்கிறோம். இந்த எட்டுப் பேர்களில் முதலாவதாக ஞானபீடம் பெற்றவர் குவெம்பு. இவரை இராஷ்ட்ரகவி என்றும் கன்னட மக்கள் கொண்டாடு கிறார்கள். இவர் இராமாயணத்தை நவீன கன்னடத்தில் ஸ்ரீ ராமாயணத் தர்சனம் என்று எழுதியுள்ளார்.

குவெம்புவின் மகனான பூர்ணச்சந்திர தேஜஸ்வியும் புகழ்பெற்ற கன்னட எழுத்தாளர். சாகித்ய அகாதமி பரிசு பெற்றவர்.

குவெம்புவின் வீடு எங்கே இருக்கிறது எனச் சுற்றுபுறத்தில் எங்கே கேட்டாலும் வழிகாட்டுகிறார்கள். பயண வழியில் காரை நிறுத்தி தேநீர் குடித்தோம். அந்த டீக்கடைக்காரர் குவெம்புவின் வீட்டிற்கு வழி சொன்னதோடு அவரது கவிதை ஒன்றையும் மனப்பாடமாகப் பாடினார். விடுமுறை

நாட்களில் நிறைய பேர் அந்த நினைவில்லத்தை வந்து பார்வையிடுகிறார்கள் என்றார் டீக்கடைக்காரர்.

குவெம்பு நினைவில்லத்தின் பெயரே கவிமனே. அதாவது கவிஞர்களின் வீடு. மூன்று அடுக்குகள் கொண்ட வீடு. நிறையத் தூண்கள் கொண்ட பராம்பரிய வீடு. ஒன்றில் பழைய கால மாட்டுவண்டி ஒன்று காணப்பட்டது. உழுகருவிகளும் அந்த அறையில் இருந்தன.

குவெம்பு தனது ஆரம்பப் பள்ளியை தீர்த்தஹள்ளி என்ற ஊரில் படித்தார். பின்பு கல்லூரி படிப்பிற்காக மைசூர் சென்று மஹாராஜா கல்லூரியில் எம்.ஏ. படித்தார்.

குவெம்புவின் வீட்டில் அவரது சிறுவயது புகைப் படங்கள் துவங்கி பல்வேறு புகைப்படங்களும் கையெழுத்துப் பிரதியும், புத்தகங்களும், கடிதங்களும் காட்சிக்கு வைக்கப் பட்டிருக்கின்றன. இந்த வீட்டில் தான் குவெம்பு திருமணம் செய்து கொண்டிருக்கிறார். குவெம்புவின் மனைவி பெயர் ஹேமவதி. அந்தப் பெயரை அவருக்கு வைத்தவர் குவெம்பு. இளைஞரான குவெம்புவிடம் உறவினர் ஒருவர் நல்ல பெயர் ஒன்று பெண் குழந்தைக்குச் சூட்ட வேண்டும் என ஆலோசனை கேட்ட போது ஹேமவதி எனக் குவெம்பு சொன்னார். அப்போது பதினாறு ஆண்டுகள் கழித்து அந்தப் பெண்ணைத் தான் திருமணம் செய்து கொள்ளப்போகிறோம் என அவருக்குத் தெரியாது.

குவெம்பு வீட்டின் சமையலறை பழமையானதாக இருக்கிறது. விசித்திரமான புகைப்போக்கி காணப்படுகிறது. குவெம்பு வீட்டின் அருகிலுள்ள சிறிய குன்று ஒன்றின் மீது கவிசாலா எனப்படும் நினைவுத்தூண்கள் கொண்ட இடம் உருவாக்கப்பட்டுள்ளது. இங்கே தான் குவெம்பு அடக்கம் செய்யப்பட்டிருக்கிறார். பெரிய பெரிய கற் தூண்களைக் கொண்டு உருவாக்கபட்டுள்ள இந்த இடம் இங்கிலாந்திலுள்ள ஸ்டோன்ஹெஜை ஒத்த வடிவமைப்பைப் கொண்டிருக்கிறது. இங்கே ஒரு பாறையில் குவெம்புவின் கவிதை பொறிக்கப்பட்டிருக்கிறது.

இந்தக் கவிசாலையில் ஆண்டுதோறும கவிஞர்கள் ஒன்று கூடி குவெம்புவின் கவிதைகள் குறித்துப் பேசவும் விவாதிக்கவும் செய்கிறார்கள்.

குப்பள்ளி போலின்றி மைசூர் நகரத்தில் சாமுண்டி மலையை நோக்கியதாக உள்ளது யாதவ்கிரி. அங்கே ஆர்.கே. நாராயணுக்கு நினைவில்லம் உருவாக்கப்பட்டிருக்கிநது.

இந்திய ஆங்கில எழுத்தாளரான ஆர்.கே. நாராயண் தமிழகத்தைச் சேர்ந்தவர். அவரது இயற்பெயர் ராசிபுரம் கிருஷ்ணசாமி நாராயணசாமி என்பதாகும்.

ஆர்.கே. நாராயணின் தந்தை ஒரு பள்ளி ஆசிரியர். பாட்டி தான் நாராயணை வளர்த்தார். நாராயண் தம்பி புகழ்பெற்ற கார்டூனிஸ்ட் ஆர்.கே. லஷ்மண். மைசூர் மகாராஜா கல்லூரியில் தந்தைக்கு வேலை கிடைக்கவே அவர்கள் குடும்பம் மைசூருக்கு இடம் மாறியது. ஆங்கிலக் கல்வி பயின்ற நாராயண் இளவயதிலே கதைகள் எழுத ஆரம்பித்தார். பத்திரிக்கையாளராகவும் பணியாற்றினார்.

ராஜம் என்ற இளம்பெண்ணைக் காதலித்துத் திருமணம் செய்து கொண்டார். ஆறு ஆண்டுகள் இனிமையான மணவாழ்க்கை தொடர்ந்தது. 1939ல் ராஜம் இறந்து போனார். அதன்பிறகு எழுதுவதை மட்டுமே தனது வாழ்க்கையாக மாற்றிக் கொண்டார் ஆர்.கே. நாராயண். 'சுவாமியும் நண்பர்களும்' என்ற இவரது முதல் நாவலை வெளியிட மிகவும் சிரமப்பட்டார். பிரபல எழுத்தாளர் கிரஹாம் கிரீன் உதவியால் இந்நாவல் வெளியானது. அதற்குக் கிடைத்த வரவேற்பைத் தொடர்ந்து அவரைப் புகழ்பெற்ற எழுத்தாளராக உருமாற்றியது. ராஜ்ய சபா உறுப்பினராகவும் ஆர்.கே. நாராயண் பணியாற்றியுள்ளார். தனது 94வது வயதில் சென்னையில் காலமானார்.

ஆர்.கே. நாராயண் இல்லம் இடிந்த நிலையில் இருப்பதை அறிந்த கர்நாடகா அரசு முப்பது லட்சம் ரூபாய் செலவு செய்து அதை முறையாகப் பராமரித்து தற்போது நினைவில்லமாக உருமாற்றியிருக்கிறது. இங்கே அவரது உடைகள், புத்தகங்கள், கையெழுத்துப் பிரதிகள் காட்சிக்கு வைக்கப்பட்டிருக்கின்றன. குவெம்பு இல்லத்தைப் போல நாராயண் இல்லத்திற்குப் பொதுமக்கள் அதிகம் வருவதில்லை. வெளிநாட்டுப் பயணிகளே அதிகம் வருகை தருகிறார்கள். இலக்கிய நிகழ்வுகள் எதுவும் நாராயண் நினைவில்லத்தில் நடப்பதில்லை.

ஆர்.கே. நாராயண் கன்னடர் இல்லை. அவர் ஒரு தமிழர். ஆகவே நினைவில்லம் அமைக்கக்கூடாது என்ற எதிர்ப்புக் குரல் கிளம்பியது.

இல்லை, அவர் மைசூரில் பல ஆண்டுகள் வாழ்ந்தவர். மால்குடி என மைசூரை கற்பனை ஊராகத் தன் எழுத்தில் உருமாற்றியவர். புகழ்பெற்ற எழுத்தாளர். அவரால் கர்நாடகாவிற்குப் பெருமை என உறுதியாக அறிவித்த அரசு அவரது நினைவகத்தை உருவாக்கியுள்ளது.

இந்த அணுகுமுறை நாமும் பின்பற்ற வேண்டிய ஒன்றே. திருநெல்வேலியில் புதுமைப்பித்தனுக்கு இப்படி ஒரு நினைவில்லம் உருவாக்கப்பட வேண்டும். அங்கே ஆண்டுதோறும் அவரது பிறந்த நாள், நினைவு நாளை சிறந்த இலக்கிய நிகழ்வாகக் கொண்டாடலாம். இதைச் செய்ய வேண்டியது அரசின் கடமை. நினைவூட்ட வேண்டியது எழுத்தாளனின் வேலை. அதையே நானும் செய்கிறேன்.

14
பிகாசோவின் முன்னால்

எந்த தேசத்திற்குச் சென்றாலும் அங்குள்ள ஓவியக் கூடங்களைப் பார்ப்பதற்கெனத் தனியாக நேரம் ஒதுக்குவது எனது வழக்கம். சில நேரம் அரிய ஓவியங்களைக் காண்பதற்கென்றே சில நகரங்களுக்குப் போயிருக்கிறேன். மியூசியம், ஆர்ட் கேலரி, தனிநபர் கண்காட்சிகள் என்று பல்வேறுவிதங்களில் ஓவியங்களைப் பார்வையிட்டிருக்கிறேன்.

நவீன ஓவியங்கள் குறித்து மூன்று புத்தகங்கள் எழுதியிருக்கிறேன். அதில் உலகப்புகழ் பெற்ற ஓவியங்களைப் பற்றியும் அதன் தனிச்சிறப்புகள் குறித்தும் எழுதியிருக்கிறேன்.

பெரும்பான்மையினருக்கு நவீன ஓவியங்களை ரசிப்பதற்குப் பரிச்சயமில்லை. அவற்றை ஏதோ குழந்தைகள் கிறுக்கி வைத்திருப்பது போல நினைக்கிறார்கள். தத்ரூபமாக ஒருவரையோ, ஒரு இடத்தையோ வரைவதை தான் ஓவியம் என நினைத்துக் கொண்டிருக்கிறார்கள். அது ஓவியத்தில் ஒரு வகை. அதுவும் புகைப்படக்கலை வந்தபிறகு இந்த வகை ஓவியங்களுக்கான வரவேற்பு குறைந்துவிட்டது.

அரூபமான முறையில் வண்ணங்களைக் கொண்டு ஓவியம் வரைவது இன்றைய பாணி. அதிலும் கனவு நிலைப்பட்ட காட்சிகளையும், உருவமற்று வண்ணங்களைத் தனித்துக் காட்சிப்படுத்துவதும், பல்வேறு காட்சிவடிவங்களை ஒன்று சேர்ப்பதும், இருண்மையான மனநிலை, சமூக கோபத்தைப் பிரதிபலிப்பது எனப் பல்வகையான ஓவிய வகைகள் இருக்கின்றன.

தமிழ்நாட்டில் உள்ள அரிய ஓவியங்களைப் புரிந்து கொள்ள ஜோப் தாமஸ் எழுதிய ‘தமிழக ஓவியங்கள்: ஒரு வரலாறு’ என்ற புத்தகம் மிகச்சிறப்பானது.

எல்லா நவீன ஓவியர்களிடமும் கேட்பது போல பிகாசோவிடமும் ஒரு பார்வையாளர் உங்கள் ஓவியங்கள் புரிவதில்லையே அது ஏன் என்று கேட்டிருக்கிறார்.

அதற்குப் பிகாசோ, "உங்கள் வீட்டின் அருகில் உள்ள மரத்திலிருந்து குயில் குக்கூ எனக் கூவுகிறதே, அதற்கு என்ன பொருள் என்று உங்களுக்குத் தெரியுமா?" உங்கள் வீட்டின் கண்ணாடியில் படிகிறதே பனித்துளி, அதை எந்தப் பொருளில் புரிந்து கொண்டிருக்கிறீர்கள். ஒவ்வொரு நாளும் மேகம் புதுப்புது வடிவம் கொள்கிறதே, அதற்கு என்ன அர்த்தம். வெயிலை, இரவை, மழையை எப்படிப் புரிந்து வைத்திருக்கிறீர்கள். காட்சி நம் மனத்தில் ஏற்படுத்தும் உணர்ச்சிகளைப் பிரதிபலிப்பதாக ஓவியம் இருக்க வேண்டுமே தவிர அப்படியே காட்சியை நகலெடுப்பதாக இருக்கக்கூடாது.

காணும் எல்லாவற்றிலும் உங்களைக் கரைத்துக் கொள்ளத் துவங்குங்கள். எல்லாவற்றின் ஊடாகவும் நீங்கள் இருப்பதை உணரத் துவங்குங்கள். உலகின் காட்சியும் அதன் வனப்பும் உங்களுக்குப் புரியத் துவங்கினால் நவீன ஓவியங்கள் தானே புரியத் துவங்கிடும் என்றார். அது தான் இன்றைக்கும் ஓவியங்களைப் புரிந்துகொள்வதற்கான எளிய வழி.

டொரன்டோவிற்குப் போயிருந்த போது ஓவியர் பிகாசோவின் 200க்கும் மேற்பட்ட ஒரிஜினல் ஓவியங்கள் காட்சிக்கு வைக்கப்பட இருப்பதை அறிந்தேன். பாப்லோ பிகாசோ ஸ்பெயின் நாட்டின் புகழ்பெற்ற ஓவியர், சிற்பி, கவிஞர், 'கியூபிசம்' என்னும் கலைப்பாணியை உருவாக்கியவர்.

நண்பர் ஒருவரின் மூலம் அந்தக் கண்காட்சியைக் காண வேண்டி ஆன்லைனில் முன்பதிவு செய்ய முயற்சித்தேன். பத்து நாட்கள் மட்டுமே நடக்கும் கண்காட்சியது. அறிவிக்க பட்டவுடனே முதல் ஏழு நாட்கள் பதிவு முடிந்துவிட்டது. எட்டாம் நாள் காலை கண்காட்சியைப் பார்வையிட முன்பதிவு செய்து தந்தார் நண்பர். கட்டணம் மூவாயிரம் ரூபாய்.

ஒரு ஓவியக் கண்காட்சியைப் பார்வையிட இவ்வளவு கூட்டமா என வியப்பாக இருந்தது. அந்தக் கண்காட்சி

பற்றிச் செய்தித்தாள்களில் தொடர்ந்து சிறப்புச் செய்திகள். கட்டுரைகள் வெளியாகிக் கொண்டேயிருந்தன. ஓவியக் கண்காட்சி நடைபெற்ற அரங்கிற்குப் பலத்த பாதுகாப்பு வழங்கப்பட்டிருந்தது.

காலை பத்து மணிக்கு ஓவியக்கண்காட்சி துவங்குகிறது என்பதால் ஒன்பதரை மணிக்கு அந்த வளாகத்திற்குப் போயிருந்தேன். நீண்ட வரிசை. பாதுகாப்புப் பரிசோதனை களுக்குப் பிறகு உள்ளே அனுமதிக்கப்பட்டோம். ஓவியக் கண்காட்சியில் இடம்பெற்றுள்ள ஓவியம் குறித்த தகவல்களை அறிந்து கொள்ள ஹெட்போன் ஒன்று தருகிறார்கள். அதற்குத் தனிக்கட்டணம். அதைத் தலையில் மாட்டிக் கொண்டால் குறிப்பிட்ட ஓவியத்தின் முன்பு போய் நிற்கும் போது அது குறித்த தகவல்கள் ஒலிபரப்பாகும். இதனால் ஒரு கைட் வழிகாட்டுவது போலத் துல்லியமாக ஓவியத்தை ரசிக்க இயலும்.

பிகாசோவின் ஓவியங்களைப் புத்தகங்களில் பார்த் திருக்கிறேன். அவரைப் பற்றி நிறையப் படித்திருக்கிறேன். பிகாசோ பற்றிய ஆவணப்படங்களைப் பார்த்திருக்கிறேன். குவெர்னிகா உள்ளிட்ட சில முக்கிய ஓவியங்களை அமெரிக்காவில் கண்டிருக்கிறேன். ஆனாலும் ஒரு சேர அவரது முக்கிய ஓவியங்களைக் காண்பது என்பது அபூர்வமான தருணமே.

நான்குதளங்களில் அந்தஓவியக்கண்காட்சிநடைபெற்றது. ஒவ்வொரு ஓவியத்தின் முன்பாகவும் பார்வையாளர்கள் விதவிதமான கோணங்களில் நின்று, பார்த்து, ரசித்து, குறிப்பேட்டில் வரைந்து கொண்டிருந்தார்கள். அந்த ஓவியக்கண்காட்சியை நிதானமாகப் பார்த்து முடிக்க இரண்டு நாட்கள் தேவைப்படும் என்றார்கள்.

பிக்காசாவின் பெரும்பாலான ஆக்கங்கள் ஒரு நியோகிளாசிக்கல் பாணியினை சார்ந்தவை. 1920களின் நடுப்பகுதியில் வரைந்த ஓவியங்கள் சர்ரியலிசத்தின் சிறப்பியல்புகளைக் கொண்டுள்ளது. பிகாசோவின் ஓவியங்களில் அதன் காலவரிசைப்படி நீலக் காலம், ரோஜா நிறக் காலம், ஆப்பிரிக்கத் தாக்க காலம், கியூபிச காலம் எனப் பிரிக்கிறார்கள்.

நீலக்காலத்தில் வரையப்பட்ட ஓவியங்கள் பெரும்பாலும் நீலநிறச் சாயை கொண்டவையாகக் காணப்பட்டன. இக்காலத்தில் வரைந்த ஓவியங்களில் கழைக் கூத்தாடிகள், பாலியல் தொழிலாளிகள், பிச்சைக்காரர்கள், சர்க்கஸ் கலைஞர்கள் அதிகம் சித்தரிக்கப்பட்டுள்ளார்கள். நீல நிறம் அவரது வேதனை படிந்த மனதின் வெளிப்பாடு. தனிமையும் துயரமும் கொண்ட காலத்தில் இந்த ஓவியங்களை வரைந்திருக்கிறார்.

கம்ப்யூட்டரிலும், புத்தகங்களிலும் இந்த ஓவியங்களைக் கண்டிருந்தாலும் நேரில் அதைக் காணும் போது ஏற்படும் பரவசம் அளவில்லாதது. குறிப்பாக ஓவியம் எவ்வளவு பெரியது என்பதை நேரில் காணும் போது தான் உணரமுடிகிறது.

ஓவியக்கண்காட்சியில் கலந்து கொண்ட பார்வை யாளர்களில் அதிகம் பெண்கள். அதிலும் இளம்பெண்கள். அவர்கள் ஒவ்வொரு ஓவியமாக நின்று பார்த்து ரசித்துப் போனார்கள். ஒரு பெண் பிகாசோவின் ஓவியம் முன்பு கண்ணீர் வழிய நின்று பார்த்துக் கொண்டிருந்தார்.

‘நீல அறை’ என்ற பிகாசோவின் ஓவியத்தின் முன்பு நெடுநேரம் நின்றிருந்தேன். இந்த ஓவியத்தில் நீலநிறம் உணர்ச்சிகளின் அடையாளமாக விளங்கியது. இயற்கை ஒளியின் அழகில் குளித்துக் கொண்டிருக்கும் இளம் பெண் நிற்பது வசீகரமாகயிருந்தது. பிகாசோவின் முக்கிய ஓவியங்களில் இதுவும் ஒன்று.

காலை முதல் மாலை வரை அந்தக் கண்காட்சி வளாகத்திற்குள்ளாகவே சுற்றியலைந்தேன். உள்ளே இருந்த காபிஷாப்பில் காபி குடித்தபடியே ஓவியங்களைப் பார்வையிட்டேன். பிகாசோவின் ஓவியங்கள் குறித்த புத்தகங்களும், அவரது உருவம் பதித்த டீசர்டுகள், கலைப் பொருட்கள் விற்பனைக்கு வைக்கப்பட்டிருந்தன. அதில் சிலவற்றை விலைக்கு வாங்கிக் கொண்டேன்.

ஒரு சேர பிகாசோவின் முக்கிய ஓவியங்களைக் காணும் போது அவரது மேதமையின் வீச்சை முழுமையாக உணர முடிந்தது. இந்தக் கண்காட்சி வளாகத்தினுள் புகைப்படம் எடுத்துக் கொள்வது அனுமதிக்கப்படவில்லை. செல்போன்

எடுத்துச் செல்லத் தடை. கையில் சிறிய குறிப்பேடு மட்டுமே கொண்டு போகலாம். அரட்டை அடிப்பதோ, சத்தமாகப் பேசுவதோ கூடாது. நீண்ட நேரம் நின்று ஓவியங்களைக் காணுவதால் கால் வலிக்கும் என்பதால் ஓய்வு எடுத்துக் கொள்ள வசதியான இருக்கைகள் போடப்பட்டிருந்தன.

கண்காட்சி நடந்த அரங்கின் தரைத்தளத்தில் காலை முதல் மாலை வரை பிகாசோவின் பல்வேறு ஓவியங்கள் குறித்த சிறப்புரைகள் நடந்தேறின. அதிலும் நிறையக்கூட்டம். இரவு அறைக்குத் திரும்பிப் படுக்கையில் கண்களை மூடிய போது பிகாசோவின் நீல நிறம் மனதில் கொப்பளித்தது. என் அறையே ஒரு நீல அறையாக உருமாறியது போலிருந்தது. மனதில் ஓவியக் கோடுகள் அலைபாய்ந்தன.

புகைப்படக்கலை அறிமுகமாவதற்கு முன்பு ஓவியங்களைக் காண வேண்டும் என்றால் ஒரிஜினல் ஓவியம் எங்கே யிருக்கிறதோ அங்கே தேடிப் போக வேண்டும். காத்திருந்து கட்டணம் கொடுத்து பார்க்க வேண்டும். புகைப் படக்கலை எல்லா ஓவியங்களையும் எளிதாக நகலெடுத்துவிட்டது. இந்த நகல்களை ரசித்துப் பழகிய நமக்கு ஒரிஜினல் ஓவியங்களைத் தேடிபோய்ப் பார்க்க வேண்டிய அவசியமற்றுப் போய் விட்டது. அதைவிடவும் ஒரிஜினலை காணும் போது நகல் அளவிற்குத் துல்லியமாக இல்லையே என ஏளனமாகவும் இருக்கிறது.

நகல் ஒரு போதும் அசல் ஆகிவிடாது. புகழ்பெற்ற ஓவியர்களின் ஒரிஜினல் ஓவியங்களைக் காணுவது நிகரற்ற அனுபவம்.

பிகாசோவின் இருநூறு ஓவியங்களைக் கண்டது மிகப் பெரிய விருந்தில் கலந்து கொண்ட சந்தோஷத்தினை விடவும் பெரியது. அதைச் சொல்லிப் புரிய வைத்துவிடமுடியாது.

15
உலகின் மிகப் பெரிய மசூதி

ஒவ்வொரு பயணமும் ஒரு தனித்த அனுபவமே. ஊர்களை, வியப்பூட்டும் இடங்களைக் காண்பதை விடவும் மனிதர்களே என்னை அதிகம் வசீகரிக்கிறார்கள்.

மனிதர்கள் ஒன்றுகூடும் இடங்களுக்கு ஏதோ ஒரு மாய சக்தியிருக்கிறது. அந்தச் சக்தி தான் மனிதர்களை ஈர்த்து ஒன்று சேர்க்கிறது. ஆகவே எங்கு மக்கள் திரளாக வந்து போகிறார்களோ அந்த இடத்தினைப் போய்ப் பார்ப்பது வழக்கம். அது காய்கறி சந்தையாக இருக்கலாம் அல்லது நாற்சதுக்கமாக இருக்கலாம். ஆயிரமாயிரம் மக்கள் கூடும் இடத்தில் நானும் ஒருவனாக கரைந்து நிற்பது பிடித்தமானது.

அது போலவே நட்சத்திர உணவு விடுதிகளை விடவும் சாலையோர உணவகங்களே எனக்கு விருப்பமானவை. எந்த நாட்டிற்கு போனாலும் அங்குள்ள சாலையோர உணவகங்களில் கிடைக்கும் உணவுவகைகளை ருசித்துப் பார்ப்பேன். பல நாடுகளில் உணவு விற்பனைக்கென்றே தனியான வீதிகள் இருக்கின்றன. அங்கே எல்லா நாட்டு உணவு வகைகளும் கிடைக்கும். அந்த வீதிக்குள் நுழைந்தால் உணவு தயாரிக்கப்படும் வாசம் நாவில் எச்சில் ஊற வைக்கும். அதிலும் பாலைவனத்தில் கிடைக்கும் உணவு வகைகள் அபூர்வமானவை. அரபு பாலைவனத்தில் சாப்பிட்ட ரொட்டியும், பழங்களும் மிகுந்த ருசியாக இருந்தன.

துபாய் பயணம் மேற்கொண்ட போது ஷாப்பிங் மால்களுக்கு போகக்கூடாது, அடுக்கு மாடி கட்டடங்களை அண்ணாந்து பார்த்து நின்று கொண்டிருக்கக்கூடாது. வணிக வீதிகளுக்குள் போகக்கூடாது என்று முடிவு எடுத்துக் கொண்டு தான் சென்றேன்.

ஐக்கிய அரபு குடியரசானது துபாய், ஷார்ஜா, அபுதாபி, ராசல் கய்மா, புஜைரா, உம் அல்-குவைன், அஜ்மன் ஆகிய ஏழு அமீரகங்களைக் கொண்டதாகும். ஒவ்வொன்றும் தன்னாட்சி அமைப்பைப் பெற்றுள்ளன. பன்னாட்டு நிறுவனங்கள் அனைத்தும் இங்குத் தங்கள் ஸ்தாபனங்களை நிறுவியுள்ளன. ஜெபல் அலியைத் தலைமை இடமாகக் கொண்டு சிறப்புப் பொருளாதார மண்டலங்கள் அமைந்துள்ளது.

அதிக அளவில் வெளிநாட்டினரைக் கொண்டது எமிரேட். இது உள்நாட்டு மக்கள் தொகையை விட அதிகம். இந்தியர்கள் அதிகம். அதிலும் குறிப்பாகக் கேரளாவைச் சேர்ந்தவர்கள் மிக அதிகம்.

துபாயில் கட்டப்பட்டுள்ள மிக உயரமான கட்டடமான 'புர்ஜ் கலிபா' என்ற 160 மாடிகளைக் கொண்ட கட்டடத்தின் 148வது மாடியில் பார்வையாளர் தளம் உள்ளது. அங்கே போய்ப் பார்க்கலாம் என நண்பர்கள் அழைத்தார்கள். புர்ஜ் கலிபாவை தொலைவில் இருந்து பார்த்தால் போதும், உயரமான கட்டிடங்கள் என்னை வசீகரிப்பதில்லை என மறுத்துவிட்டேன். முடிவில் காரிலே புர்ஜ் கலிபாவைச் சுற்றிவந்தோம்.

ஷார்ஜாவிலுள்ள அராபியன் வைல்ட்லைப் சென்டரை காண்பதற்காகச் சென்றிருந்தேன். அரிய வகைப் பாம்புகளில் துவங்கி சிறுத்தை வரை அத்தனை விலங்குகளையும் குளிர்சாதனம் செய்யப்பட்ட உள்அரங்கில் காட்சிக்கு வைத்திருக்கிறார்கள்.

பிரம்மாண்டமான கண்ணாடி அரங்குகள். அதனுள் விதவிதமான பாம்புகள். அதில் சில பாலைவனத்தில் மட்டுமே காணக்கூடியவை. மிகுந்த விஷம் கொண்டவை.

கருநாகம் ஒன்றைப் பல வருடங்களுக்குப் பிறகு அங்கே கண்டேன். அதன் கண்கள் கண்ணாடியை மீறித் துளைத்தன. நச்சுப்பாம்புகளில் இதுவே உலகில் மிக நீளமானது. இந்த பாம்புகள் 12 முதல் 13 அடி நீளம் வரை வளருகின்றன. கருநாகத்தின் நஞ்சானது மிகவும் கொடியது. இது தனது ஒரே கடியில் மனிதனை கொல்லக்கூடியது.

கருநாகப் பாம்பினால் நீண்ட தூரத்திற்கு விஷத்தைப் பீய்ச்ச முடியும்.

அந்த வளாகத்தை ஒட்டி அமைக்கப்பட்டிருந்த இஸ்லாமிக் பொட்டானிக்கல் கார்டனைப் பார்வையிட்டேன். திருக்குரானிலுள்ள அத்தனை தாவரங்களையும் வகைப் படுத்திக் காட்சிக்கு வைத்திருக்கிறார்கள். கூடவே அதே தாவரங்களின் தோட்டத்தையும் அமைத்திருக்கிறார்கள். குரானில் பாலைவனத்தினுள் வாழைமரத்தைக் கண்டது வியப்பூட்டியது.

அரபு பாலைவனத்தினுள் பயணம் மேற்கொண்டேன். பாலைவனம் எப்போதுமே வசீகரமானது. மணல் முகடுகளைக் காண்பது பரவசமூட்டியது. மேலும் கீழுமாகக் கார் தாவித்தாவிச் சென்றபோது முடிவற்ற பாலைவெளியைக் காண முடிந்தது. அந்திவானத்தின் வெளிச்சம் தங்கம் உருகியோடுவது போலிருந்தது. பாலைவன மணலில் அநாயசமாகக் காரை ஓட்டி சாகசம் செய்த அந்த ஓட்டுனரைப் பாராட்டவேண்டும்.

அபுதாபியில் கட்டப்பட்டுள்ள ஷேக் சையத் கிராண்ட் மாஸ்க்கினை அவசியம் பார்க்க வேண்டும் என நண்பர்கள் சொன்னார்கள். எனக்கு மசூதியைப் பிடிக்கும். இந்தியாவின் புகழ்பெற்ற மசூதிகளைக் கண்டிருக்கிறேன். ஆகவே அவசியம் கிராண்ட் மாஸ்கை போய்ப் பார்த்துவிடலாம் கிளம்பிச் சென்றேன்.

அபுதாபி ஐக்கிய அரபு அமீரகத்தின் தலைநகரமாகவும் நாட்டின் இரண்டாவது பெரிய நகரமாகவும் உள்ளது. காரில் அபுதாபியினுள் நுழைந்தேன். தொலைவிலிருந்து பார்க்கும் போது கிராண்ட் மாஸ்க் அலங்கார ஒளி விளக்குகளால் கனவு போல ஒளிர்ந்து கொண்டிருந்தது.

இம்மசூதியை இஸ்லாமிய செவ்வியல் பாணியில் நவீன பொருட்களைக்கொண்டு உருவாக்கியிருக்கிறார்கள். பதினோறு ஆண்டுகள் இதற்கான கட்டிடப்பணி நடை பெற்றிருக்கிறது. முப்பது ஏக்கர் பரப்பிலமைந்துள்ள இந்த மசூதி தான் அராபிய உலகின் மிகப்பெரிய மசூதி, பெரும்பகுதி வெண்சலவைக்கல். முத்துக்குப் பெயர் போன நாடு அமீரகம். உலகின் மிகப்பெரிய முத்து ஒன்று வானில்

மிதந்து கொண்டிருப்பது போல மசூதியின் குவிமாடம் ஒளிர்ந்து கொண்டிருந்தது.

நுழைவாயிலில் நின்று வியப்போடு பார்த்துக் கொண்டிருந்தேன். சலவைக்கல்லால் உருவாக்கப்பட்ட பெருங் கனவாகக் கலைநுட்பத்தின் உச்சத்தைத் தொட்டிருந்தது மசூதி. நவீனகாலத்திலும் மரபின் தொடர்ச்சியாகக் கட்டிடக் கலையை வளர்த்தெடுக்கமுடியும் என்பதற்கான சாட்சியாக நின்று கொண்டிருந்தது இம்மசூதி.

கவிழ்த்தி வைக்கப்பட்ட வெண்ணிறக் கிண்ணம் போன்ற பிரம்மாண்டமான குவிமாடங்கள். இருபுறமும் மிதமான நீலவெளிச்சம், நான்கு பக்கமும் வான்நோக்கி உயர்ந்திருக்கும் மினார்கள். செம்பினால் செய்யப்பட்டுப் பொன்பூச்சுப் பூசப்பட்ட வேலைப்பாடுகளுடன் தூண்கள், சுவர்களில் பூவேலைப்பாடுகள், நடைபாதையெங்கும் மஞ்சளும் சிவப்பும் கலந்த ஒளிர்விளக்குகள்.

ஒரே நேரத்தில் நாற்பதாயிரம் பேர் பிரார்த்தனை செய்யும் பிரம்மாண்டமான பிரார்த்தனைக் கூடம். பூக்களும் கொடிகளுமான செதுக்குகள், உலகின் மிகப் பெரிய ஈரானியக் கம்பளம் மைய மண்டபத்தினுள் விரிக்கப்பட்டிருந்தது. ஈரானைச் சேர்ந்த அலி காலிக் இந்தக் கம்பளத்தை உருவாக்கியிருக்கிறார். 1200 பெண்கள் அங்கேயே தங்கி இதனை நெய்திருக்கிறார்கள். கம்பளத்தின் எடை 47 டன். கம்பளத்தின் இன்றைய மதிப்பு 8.5 மில்லியன்.

மசூதியின் முன்புள்ள செயற்கைக்குளத்தில் அதன் பிம்பம் பிரதிபலிப்பதைக் காண்பது அத்தனை அழகாக யிருந்தது. சற்று தள்ளி இதற்கெனத் தனியாக ஒரு இடத்தையும் உருவாக்கியிருக்கிறார்கள். அங்கிருந்து மசூதியின் முழுத்தோற்றத்தையும் காண இயலும்.

இந்த மசூதியை யூசுப் அப்தெலி என்ற சிரிய கட்டடக்கலை நிபுணர் வடிவமைத்திருக்கிறார். நிறைய இந்தியர்கள் இந்தக் கட்டுமானப்பணியில் பணியாற்றி யிருக்கிறார்கள். முப்பது ஏக்கர் பரப்பளவு கொண்டது இந்த வளாகம். நிலா வளர்வதற்கு ஏற்ப இந்த மசூதியின் ஒளியும் மாறிக் கொண்டேயிருக்கக் கூடியது.

வெண்ணிறத்திலிருந்து அடர்நீலத்தை நோக்கியதாக இந்த மாற்றமிருக்கும் என்றார்கள். முழுநிலவு நாளில் இதைக் காண்பது பேரனுபவம்.

மெக்காவை நோக்கியுள்ள மைய மண்டபத்தில் அல்லாஹ்வின் 99 திருப்பெயர்கள் அலங்கரிக்கப் பட்டிருக்கின்றன. மார்பிள் பேனல்கள். கண்ணாடித் துண்டுகள் கொண்ட அலங்காரவளைவுகள். சித்திர எழுத்துகளும், மலர் அலங்காரங்களும் கொண்ட சுவர்கள் என ஒவ்வொரு அங்குலமும் அலங்காரமாக உருவாக்கப்பட்டுள்ளது. தங்கத்தை உருக்கி வார்த்திருக்கிறார்கள். இது உலகிலுள்ள பெரிய மசூதிகளில் ஆறாவதாகும். மிகுந்த தூய்மையுடன் பராமரிக்கிறார்கள்.

ஐக்கிய அரபு அமீரகத்தின் நிறுவனர்களில் ஒருவரும், அதன் முன்னாள் அதிபருமான ஷேய்க் சையத் பின் சுல்தான் அல் நகியானின் பெயரே இந்த மசூதிக்கு வைக்கப்பட்டிருக்கிறது. இவ்விடத்திலேயே ஷேய்க் சையதின் உடலும் அடக்கம் செய்யப்பட்டுள்ளது.

இந்த மசூதியை தொலைவில் இருந்து படம் எடுப்பதற்காகத் தனியே ஒரு அரங்கு அமைத்திருக் கிறார்கள். அங்குள்ள குளத்து நீரில் மசூதியின் தோற்றம் பிரதிபலிக்கிறது. அந்த இடத்திற்கு காரில் சென்று புகைப்படங்கள் எடுத்துக் கொண்டேன். தாஜ்மகாலைப் போல கலையின் உன்னதங்களை நம் காலத்திலும் உருவாக்கமுடியும் என்பதன் சாட்சியம் போலவே இந்த மசூதியிருக்கிறது.

எல்லா சமயங்களிலும் கடவுளுக்காக மனிதர்கள் உருவாக்கிய வழிபாட்டு ஸ்தலங்கள் மகத்தானவை. கலையின் வழியாகவே மனிதன் கடவுளுடன் உறவு கொள்கிறான். கடவுளைக் கொண்டாடுகிறான். கலையே மனிதனின் மகத்தான வெளிப்பாடு. அதை ரசிக்கவும் கொண்டாடவும் பயணமே தூண்டுதலாகிறது.

16 கும்பல்கர் கோட்டை

சீனப்பெருஞ்சுவருக்கு அடுத்ததாக மிக நீண்ட பெருஞ் சுவரைக் கொண்டது ராஜஸ்தானின் கும்பல்கர் கோட்டை. இந்தியாவில் நான் பார்த்த மிகச்சிறந்த கோட்டையது. ஆரவல்லி மலையை வளைத்துக் கட்டப்பட்ட இக்கோட்டை பதினைந்து அடி அகல கோட்டைச்சுவர் கொண்டது. யானைகள் கொண்டு தாக்கினாலும் உடைக்கமுடியாது என்றார்கள்.

ராணா கும்பா என்ற மன்னரால் கும்பல்கர் கோட்டை பதினைந்தாம் நூற்றாண்டில் கட்டப்பட்டிருக்கிறது. செம்மை நிறமான இந்த மலைக் கோட்டை உதய்பூரில் இருந்து வடமேற்கு திசையில் அமைந்துள்ளது.

தமிழகத்தில் மிகப்பெரிய கோட்டைகளாக அறியப் படுபவை செஞ்சியும், வேலூரும், திண்டுக்கல்லும் ஆகும். ராஜஸ்தான் கோட்டைகளுடன் ஒப்பிட்டால் இவை சிறிய கோட்டைகள். காலத்தின் சிதைவுகளைத் தாண்டி இன்றும் ராஜஸ்தான் கோட்டைகள் கம்பீரமாக உயர்ந்து நிற்கின்றன.

ராஜஸ்தான் மாநிலத்திற்குச் சென்றிருந்த போது அதன் கிராமப்புறங்களைச் சுற்றிப் பார்த்தேன். தமிழக கிராமங்களுடன் ஒப்பிடுகையில் மிகவும் பின்தங்கியதாக இருந்தன. அடிப்படை வசதிகள் இல்லை. முறையான பேருந்து வசதிகள் கிடையாது. மக்கள் வேனில், ஜீப்பில் தான் போய்வருகிறார்கள்.

அரசு ஆரம்பப் பள்ளி ஒன்றிற்கு சென்றிருந்தேன். எட்டாம் வகுப்பு வரை உள்ள பள்ளியது. பள்ளிக்கட்டிடம் நம் ஊரில் காணப்படும் நர்சரி பள்ளி அளவில் இருந்தது. வகுப்பறைகள் சுத்தமாக இல்லை. மாணவர்களுக்கு

வெளியுலகம் தெரியவில்லை. ஆசிரியர்களில் ஆங்கிலம் தெரிந்தவர் ஒருவர் கூடயில்லை.

கிராமங்கள் சாதிப்பற்றில் மூழ்கியிருக்கின்றன. உயர் சாதியினர் தனி வீதியாகவே வசிக்கிறார்கள். கிராம சந்தைகள் காணப்படுகின்றன. உள்ளூர் காய்கறிகள், பழங்கள் விற்கப்படுகின்றன. மலினமான சோப்பு பவுடர், பற்பசை விற்கும் கடைகள் அதிகம் காணப்படுகின்றன. தமிழக கிராமப்புறங்களில் செல்போன் ரீசார் செய்யும் கடைகள், ஜெராக்ஸ் கடைகள் வந்துவிட்டன. ஆனால் இன்னமும் ராஜஸ்தான் கிராமங்களுக்கு நவீன வசதிகள் வந்து சேரவில்லை.

புழுதிபடிந்த மண் சாலைகள், ஒட்டகம் மேய்க்கும் கிழவர்கள். ராஜஸ்தான் கல்லையும் கலையையும் நம்பியே வாழ்கிறது. ஒரு புறம் கிரானைட் கற்கள், விலை உயர்ந்த ஆபரணக்கற்கள். இன்னொரு புறம் கிராமியக் கலைகள், வேலைப்பாடு மிக்க உடைகள், கலைப்பொருட்கள், ஆடல்பாடல்கள். இவை தான் அந்த மாநிலத்தை வாழ வைத்துக் கொண்டிருக்கின்றன. சுற்றுலாவே பிரதானம். எல்லா சுற்றுலா ஸ்தலங்களைப் போலவும் இங்கேயும் கைடுகளின் தொல்லை. ஏமாற்றுபேர்வழிகளின் மோசடிகள். பயணிகள் யார் போனாலும் ஜெம் ஸ்டோன் வாங்கித் தருகிறேன் என அழைத்துப் போய் பணத்தை பறித்துக் கொண்டு ஏதாவது ஒரு கல்லைக் கட்டிவிடுகிறார்கள். வெளிநாட்டு சுற்றுலா பயணிகள் அதிகம் என்பதால் கலைப்பொருட்களின் விலையும் அதிகம். பெரும்பான்மை கலைப்பொருட்கள் மலினமானவை. வார்ப்பு எடுத்து உருவாக்கப்படுபவை. துணிகளும் கூட தரமற்றவையே.

கும்பல்கருக்கு வாடகைக்காரில் போய் இறங்கிய போது காலை பதினோறு மணி. வெயில் உச்சத்தில் இருந்தது. கண் கொள்ளமுடியாதபடி உயர்ந்து நின்ற கோட்டையில் எப்படி ஏறுவது என்ற மலைப்பு ஏற்பட்டது. தண்ணீர் பாட்டிலுடன் ஏறத்துவங்கினேன். கோட்டையின் தெற்குவாயில் வழியாக நாம் உள் நுழைந்து நடந்தேன்.

கோட்டைகளை காணுவதற்கு காலை அல்லது மாலை நேரம் ஏற்றது. குறிப்பாக சூரியன் உதயமாகிற காட்சியை கோட்டையின் மீது இருந்து காண்பது

பரவசமூட்டக்கூடியது. இதுபோலவே அஸ்தமனம். ஆனால் கும்பல்கரில் ஏறிய போது வெயில் ஏறியிருந்தது. யானைகள் செல்வதற்காக அமைக்கப்பட்ட பாதையது. அகலமாகயிருந்தது. செங்குத்தாக செல்லும் பாதையில் ஏறுவது சிரமம். தண்ணீர் குடித்து ஆசுவாசப்படுத்திக் கொண்டு ஏறினேன்.

மேலே ஏற ஏற காற்று முகத்தில் பட்டது. வெயிலின் அலைகளை மீறி காற்று ஏகாந்தமாக வீசிக் கொண்டிருந்தது. குரங்குகள் பயணிகளைத் துரத்திக் கொண்டிருந்தன. கோட்டையின் உச்சிக்குப் போன போது தொலைவிலுள்ள சுற்றுச்சுவரும் கோவில்களும் கண்ணில் பட ஆரம்பித்தன.

கோட்டையின் உயரத்தில் நின்றதும் மனது ஒரு கழுகை போல இறக்கை விரிந்து பறக்க ஆரம்பித்துவிட்டது. பறவைகளால் தான் கோட்டைகளை முழுமையாக உள்வாங்கிக் கொள்ள முடியும். மனிதக் கண்களால் அந்த அகன்ற கோட்டையின் பிரம்மாண்டத்தை முழுமையாக உள்வாங்கிக் கொள்ள முடியவில்லை.

கும்பல்கர் கோட்டை மேவாரின் புகழ்பெற்ற மன்னர் ராணா பிரதாப் பிறந்த இடம். அந்த இடம் தனியே பாதுகாக்கப்பட்டுவருகிறது. ராணா கும்பா என்ற மன்னரின் ஆட்சியின் போது மேவார் அரசு குவாலியர் வரை விரிந்திருந்தது. ஆகவே தனது பாதுகாப்புக் கருதி மன்னர் 32 கோட்டைகளைக் கட்டினார். அதில் ஒன்று தான் கும்பல்கர்.

ஏழு வாசல்கள் கொண்ட பெரிய கோட்டையது. ஆரவல்லி மலைத்தொடரின் நடுவே அமைந்துள்ளது. சுற்றிலும் பதிமூன்று சிகரங்களைக் காணமுடிகிறது. நீண்டு செல்லும் சுற்றுச்சுவர் பலமானது. இந்த சுவரின் அகலம் பெரியது. அதில் எட்டு குதிரைகள் ஒரே நேரம் செல்லமுடியும் என்றார்கள்.

ஒரு காலத்தில் அங்கே ஆயிரம் சமண கோவில்கள் இருந்ததாக சொல்கிறார்கள். அவை அழிக்கப்பட்டபிறகு மாமன்னர் ராணா கும்பா 108 சமண கோவில்களைக் கட்டினார். அத்துடன் சிவன், விஷ்ணு, காளி ஆகிய

மூவருக்கும் கோவில் அமைத்தார். இதில் ஏழு ஆலயங்கள் மட்டுமே தற்போதுள்ளன.

இவ்வளவு பெரிய கோட்டையை எப்படி உருவாக்கினார்கள்? மலையின் ஊடாக வளைந்து வளைந்து செல்லும் கோட்டைச்சுவரின் கட்டுமானத்தை காணும் போது ராஜஸ்தானிய கட்டிடக்கலைஞரின் திறமையை நினைத்து வியப்பாக இருந்தது. 700 ஆண்டுகளுக்கு மேலாகியும் அந்த கோட்டைச் சுவர் அதே உறுதியோடு அப்படியே இருக்கிறது. எத்தனை உறுதியாக கட்டியிருக்கிறார்கள் என்று ஆச்சரியம் கொண்டேன்.

கோட்டையின் உள்ளே இடிந்த நிலையிலுள்ள மாளிகை ஒன்றைக் கண்டேன். பதே சிங் மன்னரால் கவிகை மாடங்களுடன் கட்டப்பட்ட அரண்மனை சிதைந்த நிலையில் காணப்படுகிறது. அதன் மேல்மாடத்திற்கு போய் நின்ற போது சுற்றிலும் விரிந்துள்ள ஆரவல்லி மலைத்தொடரின் அழகை ரசிக்க முடிந்தது.

எந்த பக்கமிருந்து எதிரி வந்தாலும் இக்கோட்டையின் உச்சியில் இருந்து தெரிந்துவிடும். ஆகவே எதிரிகளால் இதை தாக்கவே முடியாது. கோட்டையின் சுவர் முப்பதியாறு கிலோமீட்டர் தூரம் நீண்டு செல்கிறது. சீன பெருஞ்சுவருக்கு அடுத்த உலகின் 2வது பெருஞ்சுவராக விளங்குகிறது.

எதிரிகள் வருகைக் குறித்து அறிந்தால் கோட்டை உச்சியில் இருந்து கண்ணாடியை கொண்டு ஒளியை உருவாக்கி சிக்னல் தருவார்களாம். உடனடியாக வாயில்கள் மூடப்பட்டுவிடும் என்றார்கள். இரவில் பந்தங்களை ஆட்டி எச்சரிக்கை செய்திருக்கிறார்கள்.

.கும்பல்கர் கோட்டை எதிரிகளால் வெல்லமுடியாதது. மொகலாய பேரரசர் அக்பர், அம்பரின் மன்னன் ராஜா மான் சிங், மார்வாரின் அரசர் ராஜா உதய் சிங் போன்ற அனைவரும் ஒன்றினைந்து இந்த கோட்டையை எதிர்த்துப் போரிட்ட போது உள்ளே இருப்பவர்களை மடக்குவதற்காக குடிநீர் வரத்து நிறுத்தப்பட்டிருக்கிறது. போதுமான குடிநீர் இல்லாத காரணத்தால் உள்ளிருந்த

வீரர்கள் சரண் அடைய நேரிட்டது. அதுதான் கும்பல்கர் அடைந்த ஒரே தோல்வி.

கோட்டையில் இருந்து இறங்கி கிழே வந்து சுற்றிலும் உள்ள கோவில்களைக் கண்டேன். பயணிகளில் பெரும் பான்மையினர் புராதன கோவிலைக் காண வருவதேயில்லை. அதுவும் சமண கோவில்களில் ஆட்கள் யாருமேயில்லை.

கோட்டைகள் என்பது கற்களால் ஆன கவசம். ஒரு காலத்தில் மதுரை நகரும் இது போன்ற சுற்றுக் கோட்டைகளால் உருவாக்கப்பட்ட நகரம். பின்பு அது அழிக்கப்பட்டுவிட்டது என்கிறார்கள்.

கும்பல்கர் கோட்டையில் மாலையில் ஒளி ஒலி காட்சி நிகழ்த்தப்படுகிறது என்றார்கள். மாலை வரை காத்திருக்க முடியாது என்பதால் அதைக் காண இயலவில்லை. ராகுல் சாங்கிருத்யாயன் எழுதிய ராஜஸ்தானத்து அந்தப்புரங்கள் ஒரு முக்கியமான நூல். அது ராஜஸ்தானத்தின் அந்தப் புரங்களில் வசித்த பெண்களின் துயரங்களை விவரிக்கும் புதினமாகும்.

உதய்பூர் திரும்புவதற்காக காரில் சென்று கொண்டிருந்த போது ஒரு இடத்தில் தொலைவில் கும்பல்கர் கோட்டையின் சுவர் கண்ணில் பட்டது. காலத்தை தாண்டி அது மேவார் மன்னர்களின் வீரக்கதையை சொல்லிக் கொண்டிருப்பது போலவே பட்டது.

17
சில்கா ஏரியின் டால்பின்.

ஒடிசாவிற்குப் போயிருந்த போது டால்பின் மீன்கள் துள்ளும் சில்கா ஏரியை காணுவதற்காகச் சென்றிருந்தேன். இந்தியாவில் டால்பின்கள் உள்ள ஒரே ஏரி இது வென்றார்கள். இந்தியாவின் தேசிய நீர் விலங்காக டால்பின் அறிவிக்கப்பட்டிருக்கிறது.

கங்கை, பிரம்மபுத்திரா ஆகிய நதிகளில் இப்போதும் டால்பின்கள் வசிக்கின்றன. டால்பினைத் தமிழில் ஓங்கில் என்று கூறுகிறார்கள். அழிந்து வரும் இனம் என்பதால் இதை தேசிய நீர் விலங்காக அறிவித்திருக்கிறார்கள்.

ஒடிசா மாநிலத்தின் பூரி நகரிலிருந்து நூறு கிலோ மீட்டர் தூரத்திலுள்ளது சில்கா ஏரி. மூன்று மாவட்டங்களை இணைக்க கூடிய மிகப்பெரிய ஏரி. 1,100 சதுர கிலோ மீட்டர் பரப்பளவு கொண்ட சில்கா ஏரி, உலகின் உவர் நீர் ஏரிகளில் இரண்டாவதாகும்.

சில்கா ஏரியினை ஒட்டி 132 கிராமங்களைச் சேர்ந்த ஒரு லட்சத்திற்கும் மேற்பட்ட மீனவர்கள் வாழ்கிறார்கள். மீன்பிடிப்பு தான் இவர்களின் வாழ்க்கை.

தமிழகத்தைப் போல ஒடிசாவில் வாகன நெருக்கடி கிடையாது. அதிலும் கிராமப்புற சாலைகளில் வாகனங்களை காணுவதே அபூர்வம். இயற்கையோடு இணைந்த வாழ்க்கை இன்னமும் காப்பாற்றப்பட்டு வருகிறது. மரபும் நவீனமும் சரிவீதமாக வாழ்வில் கலந்திருக்கிறது. மரபுக்கலைகளை பாதுகாக்க அரசு பெரும் முயற்சி எடுத்துவருகிறது.

சில்கா ஏரி கண்கொள்ள முடியாமல் கடல் போல விரிந்து பரந்திருந்தது. இந்த ஏரிக்கு குளிர்காலத்தில் வெளிநாட்டுப் பறவைகள் அதிகம் வருகின்றன. ஆகவே அதைக் காண பயணிகள் அதிகம் வருகிறார்கள். ஒடிசா

மாநில சுற்றுலா வளர்ச்சிக் கழகம் சில்கா ஏரியில் படகு சவாரிக்கு ஏற்பாடு செய்துள்ளது. பல தனியார்ப் படகுகளும் சில்கா ஏரியில் உள்ள தீவுகளைச் சுற்றி காண்பிக்கின்றன.

சட்பதா என்னும் சிறு தீவுக்கு இயந்திரப்படகு ஒன்றில் செல்லும் போது ஏரியில் இருந்து டால்பின்கள் துள்ளிக் குதித்தன. சந்தோஷத்தில் அருகிலுள்ள படகில் இருந்து கூச்சலிட்டார்கள். சிலர் புகைப்படம் எடுத்துக் கொண்டார்கள். டால்பின்களின் விளையாட்டுத்தனத்தை ரசித்துக் கொண்டிருந்தேன்.

சில்கா ஏரியை ஒட்டிய மீனவ கிராமங்களின் வாழ்க்கைத் தனித்துவமானது. அவர்கள் இந்த ஏரியை தெய்வமாக கருதுகிறார்கள். ஏரியை வணங்குகிறார்கள். சில்கா ஏரியில் படகில் செல்வது அலாதியான ஆனந்தம். காற்று முகத்தைக் கோதும். நீலவானம் வரை விரிந்த தண்ணீர்.

சில்காவினைக் கண்டதும் மனதில் கனடாவில் கண்ட சிம்கோ ஏரி தான் வந்து போனது. இரண்டு ஏரிகளையும் சகோதரிகள் என்றே நினைத்துக் கொண்டேன்.

சில்கா ஏரியின் கரையில் மீன்விற்பவர்களிடம் ஒரு தமிழ் குரலைக் கேட்டேன். வெளிமாநிலத்தில் தமிழ் பேசுகிறவர்களைக் கண்டால் ஏற்படும் மகிழ்ச்சி அளவில்லாதது. அவர்களிடம் சென்று விசாரித்த போது தாங்கள் மதுரைப்பக்கம் என்று சொல்லி பிழைப்பிற்காக முப்பது ஆண்டுகளுக்கு முன்பாக அங்கு வந்துவிட்டதாக கூறினார்கள்.

வரலாற்றில் குறிப்பிடப்படும் கலிங்கம் தான் இன்றைய ஒடிசா. நமக்கும் அவர்களுக்கும் நீண்ட கால உறவிருந்து வருகிறது. பண்பாட்டிலும் கலைகளிலும் நெருக்கமான உறவு அதிகம்.

ரகுராஜ்பூர் என்ற கலைக்கிராமத்திற்கு சென்றிருந்தேன். அந்த ஊரின் அத்தனை வீட்டிலும் கலைஞர்களே வசிக்கிறார்கள். வீடுகளின் முகப்புச் சுவர்களில் அழகிய வண்ணங்களில் ஓவியம் தீட்டியிருக்கிறார்கள். வீட்டுக்கு வீடு ஓவியக்கூடங்கள் விற்பனைக்கு வைத்திருக்கிறார்கள்.

அந்த ஊர் தான் புகழ்பெற்ற ஒடிசி நடனக்கலைஞர் கேளுசரண் மொகபத்ராவின் ஊர். அவரது வீட்டிற்கு சென்றிருந்தேன். வரவேற்று உபசரித்தார்கள். எங்கள் வருகையை ஒட்டி அங்குள்ள நடனக்கூடம் ஒன்றில் கொட்டிபுவா என்ற நடனநிகழ்ச்சியை ஏற்பாடு செய்திருந்தார்கள். அந்த நிகழ்வில் நடனமாடியவர்கள் அனைவரும் பதின்வயது பையன்கள். ஆனால் பெண் வேடமிட்டு நடனமாடுகிறார்கள். மிக அழகான நடனமது.

கொட்டிபுவா நடனக்குழு உலகெங்கும் பயணம் செய்து நிகழ்ச்சிகள் நடத்தியிருக்கிறார்கள். இந்த நடனப் பயிற்சி பெறுவதற்காக குருவிடம் ஐந்து வயதில் ஒப்படைக்கப் படுகிறார்கள். பனிரெண்டு வயது வரை தீவிரமான பயிற்சி அளித்து பின்பே அவர்கள் நடன அரங்கேற்றம் செய்யப்படுகிறார்கள். நடனமாடும் மேடையில் அவர்கள் பையன்கள் என்று அடையாளமே காணமுடியாது.

இந்த கொட்டிபுவா நடனம் ரகுராஜ்பூரில் தான் துவங்கியிருக்கிறது. ஆண்டு தோறும் பூரி ஜெகனாதர் கோவில் விழாவில் கண்டிப்பாக கொட்டிபுவா நடனம் இடமிருக்கும். ஸ்ரீகிருஷ்ணரின் லீலைகளை விளக்கிய கதையே இந்த நடனத்தின் மையப்பொருள்.

குருவின் வீடே நடனப்பள்ளி. அங்கே மாணவர் எவரும் தலைமயிரை கத்தரித்துக் கொள்ளக்கூடாது. நெற்றியில் குங்குமம் வைத்து தலையில் பூச்சூடியே அவர்கள் நடனம் பழகுகிறார்கள். மேடை நடனத்தின் போது அணிகலன்களை அணிந்து கொள்கிறார்கள். பதினைந்து வயதுக்குட்பட்ட பையன்களே இதில் நடனமாடுகிறார்கள்.

உடலை வில்லாக வளைத்து நடனமாடுகிறார்கள். பிரமிட் போல ஒருவர் மீது மற்றவர் ஏறி நின்று வியக்க வைக்கிறார்கள். இந்த கொட்டிபுவாவில் இருந்தே ஒடிசி நடனம் உருவானது என்கிறார்கள் ரகுராஜ்பூர் மக்கள்.

ஒடிசா மாநிலத்தில் கூடுதல் தலைமைச் செயலாளராகப் பணியாற்றும் ஆர். பாலகிருஷ்ணன் ஐ.ஏ.எஸ். சிறந்த வரலாற்று ஆய்வாளர். 'சிந்துவெளிப் பண்பாட்டின் திராவிட அடித்தளம்' என்னும் ஆய்வு நூலை எழுதியவர். மேலும் ஒடிசா மாநில வீட்டுவசதி மற்றும் ஊரக

வளர்ச்சித்துறைச் செயலாளராகப் பணியாற்றும் ஐ.ஏ.எஸ். அதிகாரி கோ. மதிவதனன், கடலூர் மாவட்டத்தைச் சேர்ந்தவர். இதுபோன்ற 11 ஐ.ஏ.எஸ். அதிகாரிகள் ஒடிசாவில் சிறப்பான பதவிகளில் இருக்கிறார்கள்.

புவனேஸ்வரத்திலுள்ள தமிழ்ச்சங்கம் ஆண்டு தோறும் சிறப்பாக தமிழ் விழாவை நடத்துகிறது. ஒடிசா அரசும் எழுத்தையும் இலக்கியத்தையும் போற்றுவதுடன் ஆண்டு தோறும் கவி சம்மேளனம் ஒன்றினையும் நடத்துகிறது. அதில் தமிழ் உள்ளிட்ட பல்வேறு மொழி கவிஞர்கள் கலந்து கொள்கிறார்கள்.

ஒடிசா மாநிலம் பெருமளவு தமிழகத்தை போன்றது. அரிசி உணவு சாப்பிடுவதை மக்கள் அதிகம் விரும்பு கிறார்கள். மிகச்சுவையான சைவ உணவு கிடைக்கிறது. இந்தியாவில் முதன்முறையாக நெல் விளைந்த இடம் ஒடிசாவின் கோராபுட் மாவட்டம் என்கிறார்கள்.

நெல் ஆராய்ச்சி மையம் ஒடிசாவின் கட்டக்கில் உள்ளது. கோராபுட்டில் பல்வகையான நெல் ரகங்கள் பயிரிடப் படுகின்றன. அந்த நெல்ரகங்களின் மாதிரி காப்பகம் ஒன்றை வைத்திருக்கிறார்கள். அதை நேரில் கண்டேன். சங்க இலக்கியத்தில் குறிப்பிடப்படும் செந்நெல்லை அங்கே தான் கண்டேன்.

கோராபுட் அதிகம் பழங்குடி மக்கள் வசிக்கிற பகுதி. அங்குள்ள மலைக்கிராமங்களைப் பார்த்து வந்தேன். மலையில் ஒரு நாள் முழுவதும் வேலை செய்தால் அவர்களுக்கு கிடைக்கும் கூலி வெறும் பத்து ரூபாய் மட்டுமே.

காடு தான் மலைவாழ் மக்களின் ஆதாரம். அதை விட்டு அவர்களைத் துரத்தி வெளியேற்ற தொடர் முயற்சிகள் நடந்துவருகின்றன. இதற்கான முக்கியக்

காரணம் கனிம வளங்கள். அதை அடைவதற்காக பெரிய நிறுவனங்கள் பழங்குடி மக்களை விரட்டியடிக்கிறார்கள். இந்த அவலத்தை கோராபுட்டில் நேரில் கண்டேன்.

ஒடிசாவின் பெருந்துயரம் புயல். ஆண்டுதோறும் புயல் மழையில் சிக்கி பெரும்சேதம் உருவாகிறது. இதனால்

புயல் உதவி மையங்கள். வசிப்பிடங்கள், கடற்கரையோர கிராமங்களில் நிரந்தரமாக அமைக்கப்பட்டிருக்கின்றன.

கோராபுட் மலையில் இருந்து காரில் கீழே இறங்கி வருகையில் யாரோ தொலைவில் பாடுவது கேட்டது. மலையேறிக் கொண்டிருக்கும் இரண்டு ஆதிவாசிகள் ஏகாந்தமாக பாடிக் கொண்டு நடந்தார்கள். அந்த பாடல் மொழி புரியாவிடினும் இனிமையாக இருந்தது. காற்றில் கரைந்த பாடலைக் கேட்டபடியே மலையை விட்டு நிலம் நோக்கி இறங்கினேன்.

18

காந்தியெனும் நெருப்பு

டெல்லியிலுள்ள மகாத்மா காந்தி சமாதிக்கு ஐந்துமுறை போயிருக்கிறேன். ஒவ்வொரு முறை காந்தி சமாதிக்கு செல்லும் போதும் மனம் கனிந்து போய்விடவே செய்கிறது. பழைய தில்லியில் ராஜ்காட் என்ற இடத்தில் யமுனை ஆற்றங்கரையில் இந்த சமாதி அமைந்துள்ளது.

ஒரு முறை காந்தி சமாதிக்கு மழைநாளில் போயிருந்தேன். சாரல் அடித்தபடியே இருந்தது. நிச்சயம் அதிக கூட்ட மிருக்காது என நினைத்துக் கொண்டு காரை விட்டு இறங்கினேன். ஆச்சரியம். கையில் குடையுடன் ஆட்கள் நடந்து போய்க் கொண்டிருந்தார்கள்.

நாங்களும் குடையுடன் காந்தி சமாதியை நோக்கி நடக்க ஆரம்பித்தோம். அன்றைக்கும் நல்ல கூட்டம். மழை வெயில் எதுவும் காந்தியை நாடி வருபவர்களை தடுப்பதில்லை. காந்தியே அப்படி தான் நடந்து கொண்டார்.

எத்தனை முறை வாசித்தாலும் அவரது சுயசரிதை வியப்பூட்டவே செய்கிறது. இந்தியாவின் மகத்தான பயணி மகாத்மா காந்தியே. அவர் ஊர்சுற்றிப்பார்க்க அலைந்தவரில்லை. மாறாக இந்தியர்களை ஒன்றிணைக்க அவர் முடிவில்லாத பயணங்களை மேற்கொண்டார். முழு இந்தியாவை கண்ட ஒரே அரசியல் தலைவர் அவராகத்தான் இருக்கக் கூடும். மற்ற அரசியல் தலைவர்களுக்கு இல்லாத சிறப்பு மகாத்மா நடந்தே இந்தியாவின் முக்கிய நிலங்களைக் கண்டார் என்பதே.

காந்தி தன் வாழ்நாளில் ஒருமுறை கூட விமானத்தில் பயணம் செய்ததேயில்லை. லண்டனுக்கு போகும் நாட்களில் கூட கப்பலில் தான் சென்றார். காந்தியின்

மூன்றாவது வகுப்பு ரயில் பயணங்கள் பிரசித்திபெற்றவை. இன்று இந்தியாவில் எந்த அரசியல்வாதி மூன்றாம் வகுப்பு ரயிலில் பயணம் செய்கிறார்? போதையில் விமானநிலையத்தில் சண்டையிடும் அரசியல்வாதிகளை தானே நாம் அறிந்து கொண்டிருக்கிறோம்.

காந்தி ஒற்றை ஆளாக நடக்கவில்லை. அவர் சக இந்தியர்களை நடக்க வைத்தார். காந்தியின் கையில் உள்ள கைத்தடி அவர் தண்டி யாத்திரைக்கு கிளம்பும் போது காகா கலேகர் கொடுத்தது. அந்தக் கைத்தடியை ஊன்றியபடியே அவர் சீரற்ற சாலைகளில் நடந்து சென்றார். மனஉறுதியை அவர் நடையை முன்னெடுத்தது.

பகவான் புத்தர் மிக வேகமாக நடக்கக் கூடியவர் என்பார்கள். காந்தியின் நடையும் அப்படிப் பட்டது தான். கடற்கரையில் ஒரு சிறுவனின் கைத்தடியை பிடித்த படியே காந்தியோடு நடக்கும் புகைப்படம் ஒன்றை கண்டிருக்கிறேன். எத்தனை அற்புதமான படமது.

தண்டி யாத்திரையின் போது மகாத்மாவின் கைத் தடியைப் பிடித்து அழைத்துச் சென்ற பெருமையும் கனு காந்திக்கு உண்டு. புகைப்படத்திலுள்ள அந்த சிறுவன் வேறு யாருமில்லை. காந்தியின் பேரன் கனு காந்தி.

மகாத்மா காந்தியின் மறைவுக்குப் பின்னர் அமெரிக்காவின் மசாஸூசெட்ஸ் நகருக்கு அனுப்பி வைக்கப்பட்ட கனு காந்தி அங்கு உயர்கல்வி படிப்பை முடித்தார். அதன்பின்னர், அமெரிக்க விண்வெளி ஆய்வு மையமான 'நாசா'வில் பணியாற்றினார்.

பாஸ்டனில் பணியாற்றிய டாக்டர் ஷிவலட்சுமியுடன் கனுபாய்க்கு திருமணம் நடந்தது. பல ஆண்டுகள் அமெரிக்காவில் வசித்த கனு காந்தி 2014ல் இந்தியா திரும்பினார். அவருக்கு குழந்தைகள் கிடையாது.

இந்தியாவில் இருந்த போது கையில் இருந்த பண மெல்லாம் கரைந்த நிலையில், யாரிடமும் உதவி கேட்க விரும்பாமல் கனு காந்தி ஊர் ஊராக சுற்றித் திரிந்துள்ளார். எவரிடமும் தான் காந்தியின் பேரன் என்று சொல்லிக் கொள்ளவில்லை.

நோயுற்ற நிலையில் கனு காந்தி டெல்லியில் உள்ள குரு விஷ்ரம் விருத் என்ற ஆசிரமத்தில் வசிக்கத் துவங்கினார். அங்குள்ளவர்களுக்கு அவரைப்பற்றி எதுவும் தெரியாது. முதுமையில் பக்கவாதத்தால் பாதிக்கப்பட்ட நிலையில், அனாதரவான நிலையில் மரணம் அடைந்தார் கனு காந்தி. இறந்த பிறகே அவரைப் பற்றி பத்திரிக்கைகளில் செய்திகள் வெளியாகின.

காந்தி சமாதிக்கு வரும் பெரும்பான்மை பார்வையாளர்கள் கடவுளின் சன்னிதானத்திற்கு செல்வது போல பக்தியோடு நடந்து கொள்கிறார்கள். கண்களை மூடி காந்தியிடம் வேண்டுகிறார்கள். என்ன வேண்டுவார்கள்? அதிலும் குழந்தைகள், பெண்கள் காந்தியின் முன்னால் கைகூப்பி நிற்கும் காட்சியை காணும் போது மனது நெகிழ்ந்துவிடுகிறது.

போர்பந்தரிலுள்ள காந்தி பிறந்தவீட்டிற்கோ, அவரது வார்தா ஆசிரமத்திற்கோ சென்ற போது ஏற்படாத அனுபவம் அவரது சமாதியில் கிடைக்கிறது. உண்மையில் அது ஒரு ஆன்மீக சுத்திகரிப்பு.

நீங்கள் கைகூப்பி வணங்கும் போது மனது காந்தியை போல வாழ்க்கையில் ஒருமுறையாவது நாம் நடந்து கொள்ள முடியுமா என்ற கேள்வியை எழுப்புகிறது. ரூபாய் நோட்டிலும் சிலையிலும் காந்தியைக் காணும் இந்த தலைமுறைக்கு மகாத்மா காந்தி என்பது ஒரு பெயர், அடையாளம். சுதந்திரப்போராட்ட வீரர் என்ற தகவல் அவ்வளவே. காந்திய அறமும் காந்திய செயல்பாடுகளையும் அவர்கள் அறிந்திருக்கவில்லை. காந்தி எந்த அறத்தை உயர்த்திப்பிடித்தாரோ அதைத் தன் வாழ்நாளில் தானே கடைபிடித்துக் காட்டினார்.

லண்டனில் போய் படித்து திரும்பிய போதும் அவர் தனது சுயசரிதையை குஜராத்தியில் தான் எழுதினார். தாய்மொழிப் பற்றுக்கு இதை விடச் சிறந்த உதாரணம் வேறு என்ன சொல்ல முடியும்.

இந்தியாவின் கடைகோடி கிராமம் வரை காந்தியின் காலடி பட்டிருக்கிறது. காந்தி சிலைகள் இல்லாத ஊர்களே யில்லை. காந்தி சமாதியினை எப்போதும் பூக்களால்

அலங்கரித்திருக்கிறார்கள். அணையா நெருப்பு எரிந்து கொண்டேயிருக்கிறது. நெருப்பின் முன் பேசுவது மனிதர்கள் கற்காலம் தொட்டு செய்து வரும் நடவடிக்கை.

அந்த அணையா நெருப்பினைப் பார்த்துக் கொண்டிருந்தேன். நெருப்பிற்கு வயதாவதில்லை. காலத்தின் விரல் தீண்டமுடியாத பொருளது. அந்த நெருப்பு ஒரு சாட்சி. இந்திய வரலாற்றின் சாட்சி. எத்தனை தியாகங்களைச் செய்து சுதந்திரம் பெற்றோம் என அந்த நெருப்பிற்கு தெரியும். அந்த நெருப்பை வணங்கினேன்.

காந்தியின் குரலைக் கேட்டிருக்கிறீர்களா? இணையத்தில் அவரது உரைகள் கேட்கக் கிடைக்கின்றன. சில காணொளிகளும் பார்வைக்குக் கிடைக்கின்றன. அவரது குரல் மென்மையானது. சண்டமாருதம் போல மேடையில் அவர் பேசவில்லை. ஒரு தந்தை மகனிடம் பேசுவது போல, ஒரு தாய் பிள்ளைகளிடம் பேசுவது போல பேசுகிறார். இந்தியாவை அடிமைப்படுத்திய வெள்ளையர்களைக் கூட அவர் மரியாதையாகவே விமர்சனம் செய்தார். ஒரு முறை கூட அவர்களை இழிவாக பேசியதில்லை.

காந்தி சமாதிக்கு வரும் பார்வையாளர்கள் தங்கள் சமகால வன்முறைகளை, அதிகாரப் போட்டிகளை, சுய நலத்தைத் தாங்கமுடியாமல் அவர் முன்பாக மண்டியிட்டு பிரார்த்தனை செய்கிறார்கள். மகாத்மா பிரார்த்தனை பலிக்கும் என்று நம்பியவர். தன் வாழ்நாளில் ஒரு மணித்துளியைக் கூட அவர் வீணடித்துவிடவில்லை.

காந்தி சமாதியின் மீது மழை பெய்து கொண்டிருந்தது. அந்த மழை அவரது கருணையின், அன்பின் அடையாளம் போலவேயிருந்தது. எவரும் நனைவதைப் பற்றி பொருட்படுத்தவில்லை.

காந்தி சமாதிக்கு எத்தனையோ தேசத்தின் தலைவர்கள் வந்து மரியாதை செய்திருக்கிறார்கள். எத்தனையோ போராட்டத்தின் துவக்கமாக காந்தி சமாதி இருந்திருக்கிறது. இந்தியாவின் உயரிய விருதைப் பெற்ற பலரும் காந்தி சமாதியில் அஞ்சலி செலுத்திவருவதை அறிவேன்.

யாத்ரா என்றொரு ஹிந்திப்படம். அதில் நானா படேகர் புகழ்பெற்ற எழுத்தாளராக நடித்திருப்பார். இந்தியாவின்

உயரிய விருதைப் பெறுவதற்காக டெல்லி செல்லும் அவர் காந்தி சமாதிக்குச் செல்வார். அங்கே கண்மூடி பிரார்த்தனை செய்வார். தனது எழுத்திற்கும் உண்மைக்கும் இடையில் எவ்வளவு இடைவெளி உள்ளது என்பதைப் பற்றி யோசித்து குற்றவுணர்ச்சி கொள்வார். இனிமேல் நான் மனசாட்சியோடு வாழ வேண்டும் என முடிவு எடுத்து காணாமல் போய்விடுவார். அதன்பிறகு குடும்பமே அவரைத் தேடுவார்கள்.

காந்தி சமாதியில் நானா படேகர் மனம் மாறும் காட்சி மறக்கமுடியாதது. ஒருவனின் மனசாட்சியை காந்தி தொட்டு எழுப்புகிறார். உண்மையோடு நடந்து கொள் என்று தோழமையுடன் சொல்கிறார். அந்த குரலுக்கு செவி கொடுப்பவன் வாழ்க்கை மாறிவிடும் என்பதே நிஜம்.

தேசாந்திரி பதிப்பகம்

நூல்களில் சில

1. தனிமையின் வீட்டிற்கு நூறு ஜன்னல்கள் (சிறுகதைகள்)
2. நாவலெனும் சிம்பொனி (கட்டுரைகள்)
3. உலகை வாசிப்போம் (உலக இலக்கிய கட்டுரைகள்)
4. எழுத்தே வாழ்க்கை (வாழ்க்கை வரலாற்று கட்டுரைகள்)
5. எலியின் பாஸ்வேர்டு (சிறார் நூல்)
6. உப பாண்டவம் (நாவல்)
7. சஞ்சாரம் (நாவல்)
8. இடக்கை (நாவல்)
9. பதின் (நாவல்)
10. தாவரங்களின் உரையாடல் (சிறுகதைகள்)
11. காண் என்றது இயற்கை (இயற்கை அறிதல்)
12. எனதருமை டால்ஸ்டாய் (உலக இலக்கியக் கட்டுரைகள்)
13. இலக்கற்ற பயணி (பயணக்கட்டுரைகள்)
14. வெயிலைக் கொண்டு வாருங்கள் (சிறுகதைகள்)
15. செகாவ் வாழ்கிறார் (வாழ்க்கை வரலாறு)
16. கோடுகள் இல்லாத வரைபடம் (கட்டுரைகள்)
17. உலக இலக்கியப்பேருரைகள் (கட்டுரைகள்)
18. கூழாங்கற்கள் பாடுகின்றன (ஜென் கவிதைகள் குறித்த கட்டுரைகள்)
19. காட்சிகளுக்கு அப்பால் (உலக சினிமா கட்டுரைகள்)
20. சிரிக்கும் வகுப்பறை (சிறார் நூல்)
21. கடவுளின் நாக்கு (கட்டுரைகள்)
22. பதினெட்டாம் நூற்றாண்டின் மழை (சிறுகதைகள்)
23. வாக்கியங்களின் சாலை (உலக இலக்கியக் கட்டுரைகள்)
24. துயில் (நாவல்)
25. நெடுங்குருதி (நாவல்)